இந்தியாவில் சாதிகள்

புரட்சியாளர் அம்பேத்கர்

ரிதம் வெளியீடு

இந்தியாவில் சாதிகள்
புரட்சியாளர் அம்பேத்கர் ©

**Indiavil Sathigal
Puratchiyalar Ambedhkar©**

1st Edition: Feb 2022
2nd Edition: March 2023
Pages: 138   Price: Rs. 150
ISBN: 978-93-93724-08-3

Publishing Editor
T. Senthil Kumar

Published by:
Rhythm Veliyeedu
New No.58, Old No.26/1, 1st Floor,
Alandur Road, Saidapet,
Chennai - 600 015, Tamil Nadu, INDIA
Ph : (044) 2381 0888, 2381 1808, 4208 9258
E-mail : senthil@rhythmbooks.in
Web : www.rhythmbooksonline.com

Book Layout Cover Design
Visual Vinodh - 9500149822

இந்தியாவில் சாதிகள்

உள்ளூர், நாடு மற்றும் உலகளாவிய அளவில் மனிதர்களின் நாகரிக வளர்ச்சியின் தொகுப்பாக விளங்கும் காட்சிப் பொருட்களை நாம் கண்கூடாகப் பார்த்திருப்போம் எனத் துணிந்துரைப்பேன். ஆயின், மாந்தரின் நிறுவனங்கள் (Human Institutions) என்பவற்றை வெளிப்படுத்தக் கூடியனவும் உள்ளன என்னும் கருத்தைச் சிலரே ஏற்கக் கூடும். மாந்தரின் நிறுவனங்களை வெளிப்படுத்திக் காட்டுவது என்பது வினோதமானதொரு கருத்தே சிலர் இதனை முரட்டுத்தனமான கருத்தென்றும் கூறலாம். எனினும், மானுடவியல் ஆய்வில் ஈடுபட்டுள்ள மாணவர்கள் என்ற வகையில் உங்களுக்கு இந்தக் கருத்து புதுமையானதாக இருக்காது. இருக்கலாகாது எனக் கருதுகின்றேன். எப்படியும் இந்தக் கருத்து புதியதாக இருக்கலாகாது.

நீங்கள் யாவரும் பாம்ப்பியின் (Pompii) சிதைவுகள் போன்ற சில வரலாற்றுச் சின்னங்களைப் பார்த்திருப்பீர்கள். இவற்றின் தொன்மைச் சிறப்பையும் வரலாற்றையும் விளக்கியுரைப்பதற்கென்ற பணியாற்றும் வழிகாட்டிகளின் வருணனைகளை வியந்து கேட்டிருப்பீர்கள். என் கருத்துப்படி மானுடவியல் மாணவர்களும் ஒருவகையில் இந்த வழிகாட்டிகளைப் போன்றவர்களே என்பேன். அவர்களைப் போன்றே சமூக நிறுவனங்களை விளக்கியுரைப்பதற்குத் தம்மால் முடிந்த அளவு தம் சொந்த விருப்பு வெறுப்புகளைக் கடந்து அதே வேளையில் மிகுந்த ஆர்வத்தோடும் பொறுப்போடும் அவற்றின் தோற்றத்தையும் செயற்பாடுகளையும் இவர்கள் ஆய்வு செய்கின்றனர்.

தொன்மைக்காலச் சமுதாயத்தையும் தற்காலச் சமுதாயத்தையும் ஒப்பிட்டு நோக்குவதில் ஈடுபாடு கொண்டுள்ளவர்களான இந்தக் கருந்தரங்களில் கலந்துகொண்டுள்ள நம் மாணவ

நண்பர்களில் பெரும்பாலலோர் தம்மைக் கவர்ந்துள்ள தற்கால மற்றும் பண்டைய கால நிறுவனங்களைத் தெரிந்து திறம்பட எடுத்துரைக்க வல்லவர்களாவர். இந்த மாலைப்பொழுதில் நானும் என்னால் இயன்றவரை உங்களை மகிழ்விப்பதற்கு இந்தியாவில் சாதிகள் அவற்றின் அமைப்பியக்கம், பிறப்பும் வளர்ச்சியும் என்னும் தலைப்பில் என் கட்டுரையை படைக்க விரும்புகின்றேன்.

நான் எடுத்துள்ள தலைப்பின் சிக்கல்களை நீங்கள் அறிந்திருக்கின்றீர்கள். என்னைவிட அறிவாற்றலும் எழுத்தாற்றலும் மிக்கோர் பலர் சாதிகள் பற்றிய புதிர்களை விடுப்பதற்கு முயன்றுள்ளனர். எனினும் துரதிருஷ்டவசமாக இப்புதிர் 'விளக்கிக் கொள்ள முடியாதது' என்று கூறுவதற்குரியதாக இல்லையாயினும் 'விளக்கப்படாததாகவே' இருந்து வருகின்றது. சாதி போன்ற மிகப் பழமை வாய்ந்த அமைப்பின் குழப்பமான சிக்கல்களை நான் நன்கு உணர்ந்திருக்கிறேன். எனினும், இது தெரிந்துகொள்ள முடியாத ஒன்று என்று ஒதுக்கிவிடும் நம்பிக்கையற்ற மனநிலை உடையவன் அல்ல, அதைத் தெரிந்துகொள்ள முடியும் என்றே நான் நம்புகிறேன். கோட்பாட்டு அளவிலும் நடைமுறையிலும் சாதிப் பிரச்சினை மிகப் பெரியதொன்றாகும். நடைமுறையில் சாதி என்பது மாபெரும் பின்விளைவுகளை முன் அறிகுறியாகக் காட்டும் ஒரு அமைப்பாகும். சாதிச் சிக்கல் ஒரு வட்டாரச் சிக்கல். ஆயினும் மிகப் பரந்த அளவில் தீங்கு விளைவிக்கும் வல்லமை கொண்டது. ஏனெனில்,

"இந்தியாவில் சாதிமுறை உள்ளவரை இந்துக்கள் கலப்பு மணம் செய்யமாட்டார்கள். அந்நியருடன் சமூக உறவுகொள்ள மாட்டார்கள். இந்துக்கள் உலகின் பிற பகுதிகளுக்கும் பிழைக்கச் சென்றாலும் இந்திய சாதி உலகளாவியதொரு சிக்கலாக உருக்கொள்ளும்."

கோட்பாட்டு அளவிலோவெனில், சொந்த ஆர்வத்தினால் சாதியின் மூலாதாரங்களைத் தோண்டித் துருவி அறிய முற்பட்ட எத்தனையோ வல்லுநர்களுக்கு இந்தச் சிக்கல் ஒரு சவாலாக இருந்திருக்கிறது. எனவே இந்தச் சிக்கலை நான் முழுமையாக விளக்கிவிட முடியாது. சாதி முறையின் தோற்றம், அமைப்பியக்கம், மற்றும் அதன் வளர்ச்சி ஆகியவற்றை மட்டும் விளக்கியுரைப்பதற்கு நான் வரையறை செய்துகொள்வேன். அல்லாமற் போனால் காலம், இடம், என் அறிவுத்திறன் ஆகிய அனைத்துமே என்னைக் கைவிட்டு

விடக்கூடும் என அஞ்சுகின்றேன். என் ஆய்வுரையின் குறிப்பிட்ட பகுதிகளைத் தெளிவு படுத்துவதற்குரிய தேவை ஏற்பட்டாலன்றி மேற்கூறிய வரம்பிலிருந்து நான் விலகிச் செல்ல மாட்டேன்.

ஆய்வுப் பொருளுக்கு வருவோம். நாம் நன்கு அறிந்த மானுடவியல் அறிஞர்களின் கூற்றுப்படி ஆரியர்கள், திராவிடர்கள் மங்கோலியர்கள், சித்தியர்கள் ஆகியோர் அடங்கிய கலவையே இந்திய மக்கள் ஆவர். இவர்கள் அனைவரும் பன்னெடுங் காலத்திற்கு முன்னர் பல்வேறு திசைகளிலிருந்தும் பல வகைப்பட்ட பண்பாடுகளோடும் இந்தியாவுக்குள் நுழைந்த பழங்குடிகளாவர். இவர்கள் அனைவரும் தங்களுக்கு முன்பே இங்கு வாழ்ந்து வந்தோருடன் போரிட்டுத் தங்கள் வருகையை உறுதிப்படுத்திக் கொண்டனர். இதைத் தொடர்ந்து வந்த போராட்டங்களுக்குப் பின் நிலையாகத் தங்கிய பிறருடன் அண்டை அயலாராகி அமைதியாக வாழத் தொடங்கினர். பின்னர் இவர்களுக்குள் தொடர்ந்து ஏற்பட்ட தொடர்பின் மூலமாகவும் கலந்து பழகியதாலும் தத்தம் தனித்தன்மை வாய்ந்த பண்பாட்டினை இழந்து அவர்களுக்குள் ஒரு பொதுப் பண்பாடு உருவானது. எனினும் பலவகை இன மக்களின் தனித்தனி பண்பாடு மறைந்து ஒன்றுபட்ட ஒரே பண்பாடு ஏற்பட்டுவிடவில்லை என்பதும் தெளிவு. இதனால் இந்திய நாட்டு எல்லைக்குள் பயணம் செய்யும் பயணி ஒருவர் இந்தியாவின் கிழக்கிலும், மேற்கிலும் உள்ள மக்கள் உடலமைப்பிலும் நிறத்திலும் வேறுபட்டிருப்பதைக் காணலாம். அவ்வாறே தெற்கிலும், வடக்கிலும் உள்ள மக்களிடையேயும் வேறுபாடு இருக்கக் காணலாம். இனங்களின் கலப்பு என்பது எப்போதும் ஒரே இயல்புள்ளதாக இருக்க வேண்டும் என்று ஆகாது. மானுடவியல்படி மக்கள் யாவரும் பலபடித்தான (hectrogeneous) தன்மை கொண்டவர்களே. அந்த மக்களிடையே நிலவும் பண்பாட்டு ஒருமையே ஓரியல்பு தன்மைக்கு அடிப்படையாகும். பண்பாட்டு ஒருமைப்பாட்டினால் இணைந்துள்ள இந்திய தீபகற்பத்திற்கு இணையாக ஒப்பிட்டுக் கூறக்கூடிய அளவுக்கு வேறு எந்த நாடும் இல்லை என்று துணிந்து கூறுவேன். இந்திய நாடு புவியியல் ஒருமைப்பாட்டினை மட்டுமே கொண்டிருக்கவில்லை. அதனினும் ஆழமும், அடிப்படையாகவும் உள்ளதான இந்திய நாடு முழுவதையும் தழுவிய ஐயத்திற்கு இடமற்ற பண்பாட்டு ஒருமைப்பாட்டினைக் கொண்டுள்ளது. இந்த

ஒத்த இயல்பின் காரணமாகவே சாதி என்பது விளக்கவுரைக்கு இயலாத சிக்கலாக உள்ளது. இந்து சமுதாயம் என்பது ஒன்றுக்கொன்று தனித்தனியே இயங்கும் பிரிவுகளின் ஒரே கூட்டமைப்பாக மட்டும் இருக்குமேயானால் இந்தச் சிக்கல் எளிதானதாக இருக்கும். ஆனால் சாதி ஏற்கனவே ஓரியல்பாய் உள்ள பிரிவுகளின் கூட்டமைப்பாக உள்ளதால் சாதியின் தோற்றத்தைப் பற்றி விளக்குவது கூட்டமைப்பாக அமைந்த முறையினை விளக்குவதாக ஆகின்றது.

நமது விசாரணையைத் தொடங்குவதற்கு முன் சாதியின் இயல்பு பற்றித் தெளிவுபடுத்திக்கொள்வது நல்லது. எனவே சாதி குறித்துச் சிறப்பாக ஆய்ந்துள்ள சிலருடைய விளக்கங்களைக் காண்போம்.

செனார்ட் என்னும் பிரெஞ்சு நாட்டு வல்லுநர் கூற்றுப்படி:

'ஒரு குறுகிய ஆட்சி மன்றம், கோட்பாட்டளவில் எல்லா வகையிலும் வாழையடி வாழையாகக் கண்டிப்புடன் இயங்குவது, தலைவர் ஒருவரையும் ஒரு ஆலோசனைக் குழுவையும் தன்னகத்தே கொண்டு மரபு வழியிலே தன்னிச்சையாகச் செயல்படும் அமைப்பு, ஏறத்தாழ நிறைந்த அதிகாரம் கொண்ட பேரவையாகக் கூட்டுவது, குறிப்பிட்ட சில திருவிழாக்களின்போது ஒன்று சேர்வது, மணவிழா, உணவு, தீட்டு சம்பந்தப்பட்ட சடங்குகள் தொடர்புடைய அதிகார வரம்புகளை வரையறை செய்யும் பொது அலுவல்களால் பிணைக்கப்பட்டிருப்பது, பலதரப்பட்ட கட்டளை வரம்புகளை நிர்ணயிப்பது மூலம், தன் உறுப்பினர்களை ஆள்வது, தண்டனைகளை விதிப்பதன் மூலம் மாற்ற முடியாத வண்ணம் தன் உறுப்பினர்களைத் தம் கூட்டத்திலிருந்து நீக்கி வைக்கும் பெருந்தண்டனை விதிக்கும் அளவு வரை சென்று தன் அதிகாரத்தை உணரத்துவது.

நெஸ்பீல்டு என்பார் கூற்றுப்படி:

சாதி என்பது "சமுதாயத்தின் ஒரு பிரிவினர் ஒரு குழுமமாக அமைந்து பிற குழுவினருடன் எவ்வகையிலும் தொடர்பு கொள்ளாமலும் கலப்பு மணவுறவு ஏற்படுத்திக்கொள்ளாமல் தங்கள் குழுவினரைத் தனிமைப்படுத்திக் கொள்ளுதல், பிறருடன் கலந்து

உணவு அருந்தவோ தண்ணீர் முதலியவற்றைக் குடிக்கவோ செய்யாமலிருப்பது ஆகும்.''

சர்.எச்.ரிஸ்லி:

"சாதி என்பதனை ஒரு பொதுப் பெயர் கொண்ட குடும்பங்களின் அல்லது பல குடும்பங்களை உள்ளடக்கிய ஒரு கூட்டத்தின் தொகுப்பு என விளக்கலாம். இந்தப் பொதுப் பெயர் குறிப்பிட்ட தொழில்கள் சார்ந்ததாகவோ அல்லது புராணத் தொடர்புடைய முன்னோர் அல்லது தெய்வங்கள் வழி வந்தாகச் சொல்லிக் கொள்வதாகவோ இந்த முன்னோர் அல்லது தெய்வங்கள் செய்து வந்த தொழிலைத் தாமும் தொடர்ந்து செய்து வருவதாகவோ அமைந்திருப்பது சாதி பற்றிய கருத்தினைக் கூறத் தகுதியுள்ளவர் களால் ஓரியல்பான ஒரு குழுவின் உருவாக்கமே சாதி எனத் கருதப் படுவது.''

டாக்டர் கெட்கர் என்பார் 'சாதி என்பது இருவகை இயல்புகளைக் கொண்டுள்ள சமூகக் குழு என விளக்குவார். அவை,

1. அந்தக் குழுவின் உறுப்பினராகும் உரிமை, உறுப்பினர் களுக்குப் பிறந்தவர்களுக்கு மட்டுமே உரியது அவ்வாறு பிறந்தவர்கள் அனைவரும் உறுப்பினர்களே.

2. இந்தக் குழுவினர் தம் குழுவினரைத் தவிர வெளியில் வேறு எந்தக் குழுவினரோடும் மணவுறவு கொள்ள முடியாதபடி சமூகக் கட்டு திட்டங்களால் தடுக்கப்பட்டிருப்பவர்கள்.

நம் கருத்தை விளக்க இந்த வரையறைகளை ஆய்தல் இன்றியமையாதது. தனித்தனியே நோக்கினால், அஇந்த ஆராய்ச்சி யாளர்கள் மூவரின் விளக்கம் மிக அதிகப்படியானதாகவோ அல்லது மிக்க குறுகியதாகவோ உள்ளது என்பதைக் காணலாம். இவற்றில் எதுவும் முழுமையானதாகவோ அல்லது சரியானதாகவோ இல்லாததோடு சாதி அமைப்பின் அமைப்பு இயக்கத்திலுள்ள மையக் கருத்தை வெளிப்படுத்த இவை தவறவிட்டிருக்கின்றன. சாதி என்பதனைத் துண்டிக்கப்பட்ட தனிமைப்பட்டிருக்கும் அலகாகக் கொண்டு விளக்க முற்பட்டிருப்பதில் இந்தத் தவறு நேர்ந்துள்ளது எனினும் இவர்களின் கருத்துக்களை ஒட்டுமொத்தமாகப் பார்க்கும் போது ஒன்றின் குறையை மற்றொன்று நிறைவு செய்வதாக

அமைந்திருக்கின்றன. எனவே இவற்றை ஆய்வு செய்வதற்கு முன் இவற்றில் சாதிகள் அனைத்திற்கும் பொதுவாகப் பொருத்தக்கூடிய கருத்துக்களை மட்டும் எடுத்துக்கொண்டு சாதிகளுக்குரிய தனித் தன்மைகளை மதிப்பிட்டுரைப்பேன்.

முதலில் செனார்ட் கூற்றை எடுத்துக்கொள்ளுவோம். சாதியத்தின் ஒரு பண்பாகத் 'தீட்டு பற்றிய கருத்தினைச் சொல்வதால் இவர் நம் கவனத்தை ஈர்க்கின்றார். இந்தக் கருத்தைப் பொறுத்த அளவில் இது எவ்விதத்திலும் சாதியத்தின் தனித்தன்மை அல்ல எனக் கூறிவிடலாம். இந்தப் பண்பு, வழக்கமானப் புரோகிதச் சடங்கு முறையிலேயே தொடங்குகின்றது. தூய்மை பற்றிய பொதுவான நம்பிக்கையின் சிறப்புத்தன்மை இது. இதனால் சாதியின் செயற் பாட்டுத் தன்மையைத் 'தீட்டு' பற்றிய கருத்திற்கும் சாதியத்திற்கும் இடையே உள்ள அவசியமான தொடர்பினை முழுமையாக மறுக்கலாம். புரோகித சாதியே உயர்நிலையிலிருக்கும் வாய்ப்பினைப் பெற்றிருப்பதாலேயே சாதி அமைப்பு முறையோடு 'தீட்டு' பற்றிய கருத்து பிணைக்கப்பட்டுள்ளது. புரோகிதரும் தூய்மையும் தொன்று தொட்டு வரும் கூட்டாளிகள் என்பதை நாம் அறிவோம். ஆகையால் சாதி என்பது மதத்தின் நறுமணத்தோடு மணக்கும் அளவுவரை 'தீட்டு' பற்றிய கருத்து சாதியத்தின் ஒரு பண்பாகும் என முடிவு செய்யலாம்.

நெஸ்பீல்ட் தன்னுடைய பாணியில் ஒரு சாதியினர் இன்னொரு சாதியினருடன் ஒன்றாக உணவருந்தாமையைச் சாதியின் பண்புகளுள் ஒன்றாகக் கூறுகின்றார். இந்தக் கருத்து புதியதான போதிலும் காரணத்தை விளைவாகக்கொண்டதால் தவறியுள்ளார் என்று சொல்லலாம். சாதி என்பது தனக்குத்தானே அடைப்பு ஏற்படுத்திக் கொண்ட ஒரு அளவாக உள்ளது ஆதலால்தான் இயல்பாகவே அதற்குட்பட்ட உறுப்பினர்களுக்கு வெளியாருடன் கலந்து உணவு கட்டுப்பாடு விதிக்கிறது. இதனால் வெளியாருடன் கலந்து உணவு அருந்தாமை என்பது உண்மையான தடையினால் அல்லாமல் தனிமைப்படுத்திக் கொள்ளுதலாகிய சாதியின் இயல்பான விளைவாகின்றது. இவ்வாறு தனிமைப்படுத்திக் கொள்வதால் ஏற்பட்ட பிறருடன் கலந்து உணவருந்தாமை என்பது மதக்கட்டளையால் தடை செய்யப்பட்ட இயல்பாக அமைந்து விட்டது. இது ஒரு பிற்காலத்தின் வளர்ச்சி என்றே கொள்ள வேண்டும். ரிஸ்லி சிறப்பாகக் குறிப்பிடத்தக்க புதுக்கருத்து எதனையும் சொல்லவில்லை.

தாம் விளக்க எடுத்துக்கொண்ட பொருளைத் தெளிவாக விவரிக்கப் பெரிதும் முயன்றுள்ள டாக்டர் கெட்கரின் வரையறையைக் காண்போம். அவர் இந்தியர் என்பது மட்டுமல்ல, சாதி பற்றிய நுட்பமான அறிவுத்திறத்துடனும் திறந்த மனத்துடனும் ஆய்ந்து எடுத்துரைத்துள்ளார். சாதி அமைப்பில் சாதிக்குள்ள உறவு தொடர்பினை வரையறுத்து உரைப்பதிலும், சாதிய அமைப்பில் ஒரு சாதி நிலைத்து நிற்பதற்கு இன்றியமையாத இயல்புகளைக் கூறுவதற்குத் தம் கவனத்தைச் செலுத்தி இருப்பதனாலும் பிற இயல்புகளை இரண்டாந்தரமென்றோ அல்லது மூலப் பண்புகளின் விளைவுகள் என்றோ கொள்வதனாலும் அவருடைய வரையறை நம் கவனத்தை ஈர்க்கின்றது. அவருடைய வரையறை எல்லா வகையிலும் தெளிவாகவும் நயமாகவும் இருந்தபோதிலும் அவரது சிந்தனைப் போக்கில் ஒரு சிறிது குழப்பம் உள்ளது என்பதையும் சொல்லியே ஆக வேண்டும். சாதியின் ஒரு இயல்புகளாகக் கலப்பு மணத்தடையையும், தான் பிறந்த குழுவின் வழியிலான உறுப்பினராகும் தன்மையையும் அவர்முன் வைக்கின்றார். ஆயின் இவை இரண்டும் ஒரே பொருளின் இரு தன்மைகள் எனக் கூற விரும்புகின்றேன். அதாவது அவர் கூறுவது போல இவ்விரு தன்மைகளும் இரு வேறு நாணயங்கள் போன்றவை அல்ல. ஒரே நாணயத்தின் இரு பக்கங்கள் போன்றவை என்பேன். கலப்பு மணத் தடையின் விளைவாக ஒரு குழுவிற்குள் பிறந்தார்க்கே உறுப்பினராகும் உரிமை என்பதும் கட்டுப்படுத்தப்படுகிறது. இதனால் இவ்விரு இயல்புகளும் ஒரு நாணயத்தின் இரு பக்கங்களாக உள்ளன.

சாதியின் பல்வேறு இயல்புகளை ஆய்ந்து சரியாக மதிப்பிட்டு உரைப்பதானால், அகமணம் அல்லது தன் இனத்திற்குள்ளேயே மணம் செய்துகொள்ளும் வழக்கமே சாதியின் அடிப்படையான ஒரே இயல்பு எனக் கூறலாம். அதாவது கலப்பு மணமின்மையோ அல்லது கலப்பு மணத்தடையோ சாதியின் சாராம்சமாகும். ஆனால் சாதி என்னும் பிரச்சினைக்கு இடமில்லாத வகையில் அகமணக் குழுவினர் இருப்பதைக் கொண்டு நுட்பமான மானுடவியல் அடிப்படையில் இக்கூற்றினை மறுக்கலாம். அகமணப் பழக்கம் உள்ளவையாக உள்ள இத்தகைய சமூகக் குழுக்கள் ஏறத்தாழ இடப் பெயர்வு பெற்ற இடங்களில் தம் உறைவிடங்களை அமைத்துக் கொண்டவையாகவும், ஒன்றுக்கொன்று சிறிதும் தொடர்பு

இல்லாதவையாகவும் இருப்பதைக் காணலாம். இந்தப் போக்கிற்கு எடுத்துக்காட்டாக அமெரிக்காவில் உள்ள நீக்ரோக்களையும், வெள்ளையர்களையும், அமெரிக்க இந்தியர்கள் எனப்படும் பல்வேறு பழங்குடியினரையும் கூறலாம். இந்தியாவில் உள்ள நிலைமை வேறு விதமானதாகையால், இந்தச் சிக்கலைக் குழப்பிக்கொள்ளக் கூடாது. ஏற்கெனவே குறிப்பிட்டவாறு இந்த மக்கள் ஓரியல்பான முழுமையினராவர். இந்தியாவில் பல்வேறு பகுதிகளில் பரவியுள்ள பல்வேறு இனத்தவரான இந்திய மக்கள் அநேகமாக ஒன்று கலந்து ஓரியல்பு தன்மையுற்ற பண்பாட்டு ஒருமையை அடைந்துள்ளனர். அகமணச் சமூக அல்லது கணவழியிலான நெருங்கிய உறவினால் அமைந்த சமூக அல்லது பழங்குடியினரிடம் காணப்படாத இயல்பினைக் கருத்தில்கொண்டு பார்க்கும்போது ஓரியல்பு தன்மையுள்ள பண்பாட்டு ஒருமையை அடிப்படையாகக் கொண்டு அமைந்த இந்திய மக்களிடம் நிலவும் சாதிச் சிக்கல் புதுமையான தன்மையுள்ளதாக ஆகின்றது. இந்தியாவில் சாதி என்பது மக்களைச் செயற்கையாகக் கூறுபடுத்திப் பிரித்து அகமணம் புரியும் வழக்கத்தால் ஒன்று, மற்றொன்றோடு இணைதலிருந்து தடுத்து வரையறுக்கப்பட்ட பிரிவுகளாக ஆக்கியுள்ளது என்பதே இதன் பொருள். சுருங்கச் சொன்னால், சாதி முறைக்குத் தன் இனத் திருமண வழக்கம் அல்லது அகமண வழக்கமே தனித்தன்மை வாய்ந்த ஒரே இயல்பு என்னும் முடிவு தவிர்க்க முடியாததாகிறது. ஆகையால் அகமண வழக்கம் எவ்வாறு கட்டிக் காப்பாற்றப்படுகிறது என்பதை நிறுவுவதில் நாம் வெற்றிபெற்றால் சாதியின் பிறப்பையும் அமைப்பியயக்கத்தையும் சரியாக நிரூபித்தவர்களாவோம்.

சாதியமைப்பு என்னும் மர்மப் பேழையைத் திறப்பதற்குரிய திறவுகோலாக நான் என் அகமண வழக்கத்தைக் குறிப்பிடுகின்றேன் என்பதை நீங்கள் யூகிப்பது அவ்வளவு எளிதாக இருக்காதாகையால் நீங்கள் உளைச்சல் அடையாமல் இருப்பதற்காக என்னுடைய காரணங்களை முன்வைக்க விழைகின்றேன்.

இந்தியச் சமுதாயத்தைத் தவிர வேறு எந்த நாகரிக சமுதாயத்திலும் நாகரிகமற்றிருந்த பழங்காலத்திற்குரிய மிச்ச சொச்ச சின்னங்கள் நிலவி வருவதைக் காண முடியாது என்பதையும் இந்தத் தருணத்தில் வலியுறுத்துவது முற்றிலும் ஏற்றதென்றே கருதுகின்றேன். இங்குள்ள மதங்கள் நாகரிகத் தொடக்க காலத்தன்மையுடையன.

காலச் சுழற்சியாலும், நாகரிக வளர்ச்சியாலும் பாதிக்கப்படாதவையாய் அதன் பழங்குடிச் சமுதாயச் சட்ட திட்டங்கள் பழமை வீரியத்துடன் இன்றளவும் இயங்கி வருகின்றன. பழங்காலத்துப் பழக்க வழக்கங்களில் எச்சமாக மிஞ்சியவற்றுள் ஒன்றான புறமண வழக்கம் தொடக்ககாலச் சமுதாயங்களில் பரவலாக நிலவியது என்னும் உண்மை நீங்கள் யாவரும் நன்கறிந்ததாகும். புறமண வழக்கம் காலப்போக்கில் தன் தெம்பையும் திறனையும் இழந்தது. நெருங்கிய இரத்த உறவு கொண்டவர்களைத் தவிர பிறருடைய திருமணத்திற்குக் கட்டுப்பாடு விதிக்கும் சமுதாயத் தடைகள் எதுவும் இப்போது இல்லை. ஆயின், இந்திய மக்களைப் பொறுத்தமட்டில் புறமண விதி என்பது இன்றுங்கூட உறுதியான தடையாக உள்ளது. இந்தியாவில் கணங்கள் (Clan) இல்லாதபோதும் கூட, கண அமைப்பின் சாராம்சங்களையே மையமாகக் கொண்ட திருமண விதிமுறையிலிருந்து இதை எளிதில் புரிந்துகொள்ளலலாம். இதன் விளைவாக 'சபின்தாஸ்' அதாவது ஒரே இரத்த உறவு உள்ளவர்கள் திருமண உறவு கொள்ளக் கூடாது என்றில்லாததோடு 'சகோத்ராஸ்' எனப்படும் ஒரே கோத்திரத்தைச் சேர்ந்தவர்களுக்கிடையே நடக்கும் திருமணம் அவச் செயலாகக் கருதப்படுகின்றது.

எனவே, அகமண முறை என்பது இந்தியர்களுக்கு அந்நியமானது என்று உண்மையை நீங்கள் நினைவில் கொள்ள வேண்டும். இந்தியாவின் பல்வேறு கோத்திரங்களும் புறமண வழக்கத்தைக் கொண்டவைதான். குறியீடுகளைக் குலமரபுச் சின்னங்களாகக் கொண்ட குழுக்களும் (totemic) இத்தன்மையனவே இந்திய மக்களைப் பொறுத்தமட்டில் புறமணம் என்பது எவரும் மீளத் துணியாத ஒரு சமயக்கோட்பாடாகவே உள்ளது. இந்த இயல்பின் காரணமாக சாதிகளுக்குள் அகமண வழக்கம் கடைபிடிக்கப்பட்டபோதிலும் சாதிகளின் தன்னின மக்களுக்குள்ளே புறமணம் என்பது எவரும் மீறத் துணியாத ஒரு சமயக் கோட்பாடாகவே உள்ளது. மேலும் அகமண வழக்கத்தை மீறியதற்காக விதிக்கப்படும் தண்டணைகள் புறமண வழக்கத்தை மீறியதற்காக விதிக்கப்படும் தண்டனைகளை விட மிகக் கடுமையானவை. புறமணம் என்றாலே கலந்து ஒன்றாவது என ஆகின்றது. இதனால் புற மணத்தின் விளைவாகச் சாதி என்பது இருக்க இயலாது என்பதை அறிவீர்கள். ஆனால் நம்மிடையே சாதிகள் உள்ளவே.

இது எதனால்? ஆய்ந்து பார்த்தோமானால் இந்தியாவைப் பொறுத்த மட்டில் சாதிகளின் படைப்பு என்பது புறமணத்தைவிட அகமணத்திற்கு உயர்வான இடம் அளிக்கப்பட்டதன் விளைவு என்பது புலப்படும். எனினும், வழக்கமாகப் புறமணம் செய்து வந்த கூட்டத்தார் மீது தன் இனத்திற்குள்ளேயே மணம் புரியும் அகமண வழக்கத்தைப் புகுத்தியது சாதியைப் படைப்பதற்கு இணையான செயலாக அமைந்துவிட்டது. இதுவே, துயரார்ந்த பிரச்சினை-யாகும். புறமண வழக்கத்திற்கு எதிராக அகமண வழக்கத்தைக் கட்டிக்காப்பதற்காகப் பின்பற்றியுள்ள வழிமுறைகளை ஆழ்ந்து நோக்குவதால் நம் பிரச்சினைகளுக்குத் தீர்வுகாண இயலும் என நாம் நம்பலாம்.

இவ்வாறு புறமணத்தை விட அகமணத்திற்கு உயர்வான இடம் அளிக்கப்பட்டிருப்பதே சாதியின் தோற்றமாயிற்று. எனினும் இது அவ்வளவு எளிதான நிகழ்ச்சி அல்ல. தன்னைத் தானே ஒரு சாதியாக ஆக்கிக்கொள்ள விரும்பும் ஒரு கற்பனைக் குழுவை எடுத்துக் கொண்ட அகமணப் பழக்கத்தை மேற்கொள்ளுவதற்கு அக்குழு கையாளக்கூடிய வழிமுறைகளை ஆய்வோம். ஒரு குழுவினர் தங்களுக்குள் அகமணப் பழக்கத்தை மேற்கொள்ள விரும்பினால் அந்நியக் குழுவினருடனான கலப்பு மணத்திற்குத் தடை விதிப்பதனால் மட்டும் பயன் ஏற்படாது. குறிப்பாக அகமணப் பழக்கம் புகுத்துவதற்கு முன் புறமணமே மணவுறவுகளில் ஒரு விதியாக பின்பற்றப்பட்டிருக்குமாயின் மேற்கூறிய தடையினால் பயனேதும் இல்லை என்பது தெளிவு. மேலும் ஒன்றோடொன்று மிக நெருக்கமான தொடர்புடைய எல்லாக் குழுக்களிலும் ஒன்று பிரிதொன்றைப் போல இருக்கவும் இணைந்து கலப்புற்று ஒரே மாதிரியான சமூகமாக சேர்கின்ற போக்கும் உள்ளது. சாதிமுறை உருவானதைக் கருதி இந்தப் போக்கினை வன்மையாகத் தடுக்க வேண்டுமானால் ஒரு குறுகிய வட்ட வரம்புக்கு வெளியே சென்று மக்கள் மணவுறுவுகளை வைத்துக்கொள்ளக்கூடாது என வரையறுக்க வேண்டியதாகின்றது.

எனினும், வெளியாருடன் மணவுறவு கொள்வதைத் தடுப்பதற்கு விதிக்கும் இந்தத் தடை அல்லது எல்லைக் கட்டு, எளிதில் தீர்க்க முடியாத பிரச்சினைகளை உள்ளுக்குள்ளேயே உருவாக்கி விடுகின்றது. மேலெழுந்த வாரியாகச் சொன்னால், சாதாரணமாக ஒரு குழுவில் ஆண், பெண் இரு பாலாரும் சம எண்ணிக்கையில்

இருப்பர். பொதுவாகச் சம வயதிலும் இருப்பர். ஆனால் பல சமூகத்தினரிடையே இந்தச் சமநிலை சரியாக உணரப்படுவது இல்லை. அதேநேரத்தில் தன்னைத்தானே ஒரு சாதியாக உருவாக்கிக் கொள்ள விரும்புகின்ற குழுவிற்கு ஆண், பெண் ஆகியோருக்கிடையே சம நிலையைப் பேணுவது முடிவான நோக்கமாக ஏற்பட்டு விடுகின்றது. இவ்வாறு இருபாலரும் சம எண்ணிக்கையில் இல்லாமற்போனால் அகமண வழக்கம், அழிந்து போகும். அதாவது அகமண வழக்கத்தை கட்டிக்காக்க வேண்டு மானால் இல்லறவாழ்க்கைக்கான அல்லது மணவுறவுகளுக்கான உரிமைகள் குழுவுக்குள் இருந்தே அளிக்கப்பட வேண்டும். இல்லையெனில் குழுவின் உறுப்பினர்கள் தங்கள் வட்டத்தை விட்டு வெளியேறித் தங்களால் முடிந்த வழிகளிலெல்லாம் தங்கள் நலனைப் பாதுகாத்துக் கொள்ள முனைவார்கள். ஆகவே திருமண உரிமைகள் குழுவுக்குள்ளிருந்தே அளிக்கப்பட வேண்டுமென்றால் தம்மைத் தாமே ஒரு சாதியாக ஆக்கிக்கொள்ள விரும்பும் குழுவினர் திருமணத்திற்கேற்ற ஆண்கள், பெண்கள் ஆகியோரின் எண்ணிக்கை சம அளவினதாக இருக்குமாறு பேணுவது அவசியமாகின்றது. இது போன்ற ஒத்த எண்ணிக்கைச் சமநிலையைப் பேணுவதன் மூலமே அகமண வழக்கத்தைக் கட்டிக்காக்க முடியும். ஆண், பெண் எண்ணிக்கையில் ஏற்படும் பெரிய ஏற்றத்தாழ்வு அகமண வழக்கத்தைத் நிச்சயமாகத் தகர்த்து விடும்.

ஆக, சாதிச் சிக்கல் என்பது, நம் குழுவிற்குள் இருக்கும் மண வயதுடைய ஆண், பெண் இருபாலருக்கிடையிலான சம மின்மையை ஒழுங்குபடுத்துவதைச் சுற்றியே சுழல்கின்றது எனலாம். ஆண், பெண் எண்ணிக்கை அளவு எப்போதும் சமமாக இருக்க வேண்டுமானால் இயற்கையில் ஆண், பெண்ணாக இருக்கும் கணவனும், மனைவியும் மரணத்தின் போது ஒரே காலத்தில் இறக்க வேண்டும். ஆனால் இது எப்போதாவது நடக்கக்கூடியதொரு நிகழ்ச்சியாகத்தான் இருக்க முடியுமேயொழிய எப்போதும் நடக்க முடியாத ஒன்றாகும்.

மனைவிக்கு முன் கணவன் இறக்கலாம். அதனால் ஆண்களை விட ஒரு பெண் எண்ணிக்கையில் அதிகமாகிறாள். இந்தக் கூடுதலாக உள்ள பெண்ணுக்கு ஒரு முடிவு கட்ட வேண்டும். இல்லையெனில் அவள் தன் இன ஒழுக்கத்தை மீறிக் கலப்பு மணம் செய்து கொண்டு

அவளது குழுவின் அகமணப் பழக்கதைச் சீர்குலைப்பாள். அவ்வாறே, மனைவியை இழந்த கணவன் கூடுதல் ஆண் ஆகின்றான். அவன் தன் மனைவியை இழந்ததற்காகச் சமுதாயம் அனுதாபப்படலாம். ஆயினும் அவனால் ஏற்படும் ஒரு ஆண் எண்ணிக்கைக் கூடுதலைக் தவிர்க்க வேண்டும். இல்லையெனில் அவன் தன் சாதிக்கு வெளியே திருமணம் செய்து கொண்டு அகமண வழக்கத்தைக் தகர்ப்பான். எனவே ஆண், பெண் எண்ணிக்கைகளில் கவனம் செலுத்தி அவர்களுக்கு அந்தந்த குழுக்களுக்குள்ளிருந்தே வாழ்க்கைத் துணைவர்களைத் தேடி அளிக்காவிட்டால், அவர்கள் தடுக்கப்பட்ட எல்லைகளைத் தாண்டித் திருமணம் செய்து கொண்டு சாதிக்கு அந்நியமான பிள்ளைகளைப் பெற்றளிக்கக் கூடியவர்களாகி விடுவார்கள்.

நாம் ஆய்வதற்கு எடுத்துக்கொண்டுள்ள கற்பனைக் குழு அதிகப்படியாக உள்ள ஆணையும், பெண்ணையும் என்ன செய்யும் என்று பார்ப்போம். முதலில் தேவைக்கு மிகுதியாக உள்ள பெண் களின் நிலையைப் பார்ப்போம். சாதியின் அகமண வழக்கத்தைக் காப்பாற்றுவதற்காக அவளுக்கு இரு வேறு வழிகளில் முடிவு கட்டலாம்.

முதலாவதாக, இறந்துபோன அவளுடைய கணவனை எரிக்கும் ஈமச் சிறையிலேயே அவளையும் சேர்த்து எரித்து இல்லாமல் செய்து விடுவது இது ஆண்-பெண் எண்ணிக்கையில் ஏற்படும் ஏற்றத்தாழ்வு சிக்கலைச் சமப்படுத்துவதற்கு நடைமுறையில் ஒத்துவராத வழி. சில சமயங்களில் இது எடுபடலாம். பிற தருணங்களில் எடுபடாமல் போகலாம். தேவைக்கு மேல் உள்ள ஒவ்வொரு பெண்ணையும், இவ்வாறு ஒழித்துக் கட்டிவிட முடியாது. இது எளிய தீர்வுதான் என்றாலும் செயல்படுத்துவதற்குக் கடினமான ஒன்று. தேவைக்கு மேல் அதிகப்படியாக உள்ள பெண் (கைம்பெண்) அகற்றப்படாமல் போனால் அந்தக் குழுவிலேயே இருப்பாள். அதனால் இருவகைகளில் அபாயங்கள் உள்ளன. ஒன்று தன் சாதிக்கு வெளியே மணம் புரிந்து அகமண வழக்கத்தைச் சீர் குலைக்கலாம். அல்லது தன் சாதிக்கு உள்ளேயே மணந்து கொண்டு அதன் விளைவாக மணமுடிக்கப்பட வேண்டிய கன்னிப் பெண்ணின் மண வாய்ப்பினை இழக்கச் செய்யலாம். ஆகையால் அவள் எப்படியும் பெரிய அச்சுறுத்தலாகவே அமைந்து விடுகின்றாள். இறந்துபோன

அவளுடைய கணவனோடு அவளையும் எரிக்காமல் போனால், அவளுக்கு ஏதாவது செய்தாக வேண்டும்.

இரண்டாவது வழி, எஞ்சியுள்ள வாழ்நாள் முழுவதும் அவளை விதவையாக்கி வற்புறுத்தி வைப்பது. பிற விளைவுகளைக் கருதிப் பார்க்கும்போது விதவையாக வைத்துக் கொண்டிருப்பதை விட அவளை எரித்து விடுவதே நல்ல தீர்வாக அமையும். எரித்து விடுவதால் மூவகைக் கொடுமைகளிலிருந்து அவளை விடுவிக்கலாம். அவள் இறந்தொழிந்து போவதால் தன் சாதிக்கு உள்ளேயோ வெளியேயோ மறுமணம் புரிந்து கொள்ளக் கூடிய பிரச்சினை தீர்ந்து போகிறது. ஆனால் அவளைக் கட்டாயப்படுத்தி விதவையாக வைத்திருப்பது எரித்துவிடுவதைவிட மேலானது. காரணம் எரித்தொழிப்பதைவிட அதுவே நடைமுறைக்கு ஏற்றது. மனிதத் தன்மையுடையது. எரித்து விடுவதை ஒத்த விதவைக்கோலம் மறு மணத்தினால் ஏற்படும் கொடுமைகளிலிருந்து அவளைக் காக்கிறது. ஆனால் கட்டாயத்தால் விதவைக் கோலத்திலுள்ள பெண் எதிர் காலத்தில் ஒருவனுக்கு மனைவியாகின்ற இயற்கையான உரிமையை இழந்து விடுவதால் ஒழுக்கக்கோடான செயல்களுக்கு அதிக வாய்ப்பு ஏற்படுகின்றது. எனினும் இது கடக்க முடியாத ஒரு இக்கட்டு அல்ல. விதவைக் கோலம் கவர்ச்சியின் இருப்பிடமாக இருக்க முடியாத அளவுக்கு அவளைத் தாழ்த்தி விடுகின்றது.

தன்னை ஒரு சாதியாக ஆக்கிக்கொள்ள விரும்பும் குழுவிலுள்ள கூடுதலாக உள்ள பெண்ணை விடக் கூடுதலாக உள்ள ஆணின் (மனைவியை இழந்தவன்) பிரச்சினை பெரிதும் முக்கியத்துவம் வாய்ந்தது. கடினமானதும் கூட, நீண்ட நெடுங் காலமாகவே பெண்ணை விட ஆணின் கையே மேலோங்கி இருந்து வந்துள்ளது. ஒவ்வொரு குழுவிலும் ஆணே, ஆதிக்கமுள்ளவனாக பெண்ணை விட பெரிதும் மரியாதைக்குரியவனாக இருக்கின்றான். வழி வழியாகப் பெண்ணை விட ஆணுக்கு அளிக்கப்பட்டு வந்துள்ள இந்த உயர்வினால் ஆணின் விருப்பங்களே ஆலோசனைக்கு உரியதாக இருந்துள்ளன. பெண்ணோ, சமய, சமுதாய பொருளாதாரத் தொடர்பான அனைத்து வகையான அநீதியான தடை ஆணைகளுக்கு இரையாக்கப்பட்டு வந்திருக்கின்றாள். ஆனால் தடை ஆணைகளை ஆக்கித் தருபவன் என்ற வகையில் ஆண், இந்த ஆணைகளுக்கு அப்பாற்பட்டவனாக இருக்கின்றான். இந்த நிலையில்

ஒரு சாதியில் கூடுதலாக உள்ள ஒரு பெண்ணை நடத்தும் அதே முறையில் கூடுதலாக உள்ள ஆணை நீங்கள் நடத்த முடியாது.

இறந்து போன மனைவியுடன் கணவனையும் சேர்த்து எரிக்கும் திட்டம் இரு வழிகளில் ஆபத்தானது. ஒன்று அவன் ஆண் என்ற காரணத்தாலேயே அவ்வாறு செய்ய முடியாது. இரண்டாவதாக அவ்வாறு செய்தால் சாதி, வலுவான ஒரு உயிரை இழக்க நேரும். இவற்றை விட்டால் அவனுக்கு முடிவு கட்டும் இரண்டு இணக்கமான வழிகள் உள்ளன. நான் இணக்கமான வழிகள் என்று குறிப்பிடு-வதற்குக் காரணம். குழுவிற்கு அந்த ஆண் ஒரு பெரும் சொத்தாக இருப்பதுதான்.

குழுவிற்கு ஆண் முக்கியமானவன். அதனினும் அகமண வழக்கம் முக்கியமானது. எனவே, நம் சிக்கலுக்குக் காணும் தீர்வு அவனையும் அகமண வழக்கத்தையும் பேணுவதாக இருக்க வேண்டும். இந்நிலையில் மனைவியை இழந்த ஆண், ஒரு கைம் பெண்ணைப்போலவே தன் வாழ்நாளில் எஞ்சிய காலத்தை வாழ்க்கைத் துணையின்றி இருக்கும்படிக் கட்டாயப்படுத்தப்பட வேண்டும். அல்லது அவ்வாறு கழிக்கும்படித் தூண்டப்பட வேண்டும் என்றே நான் கூறுவேன். இந்தத் தீர்வு முற்றிலும் கடினமானதல்ல. ஏனெனில் எவ்வித கட்டாயமும் இல்லாமலேயே தாங்களாகவே முன் வந்து பிரம்மச்சரியத்தைக் கடைபிடிப்பதன் மூலமோ, அல்லது இன்னும் ஒரு படி மேலே சென்று அவர்களே முன் வந்து உலகையும், உலகியல் இன்பங்களையும் துறப்பதன் மூலமோ சிலருக்கு முடிவு கட்டலாம். ஆனால் இயற்கையாக அமைந்த மனித இயல்புகளைக் கருதிப் பார்க்கும்போது இத்தீர்வு நடைமுறையில் கடினமானது. இன்னொரு பக்கம் பார்க்கும்போது கூடுதலாக இருக்கும் இந்த ஆண் குழுவின் நடவடிக்கைகளில் ஈடுபாட்டுடன் கலந்து செயலாற்றுபவனாக இருந்தால் அவன் குழுவின் ஒழுக்கத்திற்கு ஆபத்தானவனாகிறான். வேறு வகையில் நோக்குவோமானால் பிரம்மச்சரியம் அல்லது ஆண் மறுமணம் செய்துகொள்ளாமல் இருத்தல் வெற்றி பெறும் அளவு வரை எளிமையானதாக இருந்த போதிலும் சாதியின் பொருளாதார நலன்களுக்குப் பயனுள்ளதாக இருக்காது. அவன் பிரம்மச்சரிய ஒழுக்கத்தை உண்மையாக அனுசரித்து உலக இன்பங்களைத் துறந்தவனாக இருக்கின்ற நிலையில் சாதியின் அகமண ஒழுக்கத்தைப் பேணிக் காப்பதற்கும்

சாதி ஒழுக்க நெறிகளைக் காப்பதற்கும் ஐயத்திற்கு இடமின்றி ஒரு இடராக இருக்கமாட்டான். ஆனால் அவன் உலகியல் நடவடிக்கைகளில் ஈடுபட்டவனாக இருப்பானானால் அவனால் ஆபத்து இருக்கும் சாதியின் பொருளாதார நலன்களைப் பொறுத்த அளவில் முற்றும் துறந்த மறுமணமாகாதவன் எரிக்கப்பட்டதற்குச் சமமானவனே ஒரு சாதி வலிமை மிக்க சமூக வாழ்க்கையை நல்கும் பொருட்டு ஒரு குறிப்பிட்ட அளவு மக்கள் தொகையை ஒருபோதும் குறையாமல் காத்தாக வேண்டும். ஆனால் ஒருபுறம் மக்கள் எண்ணிக்கை குறையாமல் எப்படியும் காத்துக்கொள்ளலாம் என்ற நம்பிக்கையுடனும் மறுபுறம் மறுமணம் செய்துகொள்ளாதவனின் பிரம்மச்சரியத்தைப் புகழைப் பாராட்டிக் கொண்டும் இருப்பதானது நோயைக் குணப்படுத்த நோயாளியின் இரத்தத்தையே உறிஞ்சுவதை ஒத்ததாகும்.

ஆகவே, குழுவில் கூடுதலாக உள்ள ஆணைக் கட்டாயப் படுத்தித் திருமணமாகாதவனாக வைத்திருப்பது கொள்கை அளவிலும் நடைமுறையிலும் தோல்வியடையக்கூடியது. அதற்குப் பதிலாகச் சாதியின் நலனைக் கருதி சமஸ்கிருதத்தில் சொல்வதானால் 'கிரஹஸ்தன்' (குடும்பத்தைப் பேணுபவன்) என்று சொல்லக்கூடிய நிலையில் அவனை வைத்திருக்க வேண்டிய-தாகின்றது. ஆனால் சாதிக்கு உள்ளிருந்தே அவனுக்கு மனைவி ஒருத்தியைத் தேடித் தர வேண்டும் என்பதுதான் பிரச்சினை. ஒரு சாதியில் நிலவும் ஆண், பெண் விகிதாச்சாரம் ஒரு பெண்ணிற்கு ஒரு ஆண் என்று இருப்பதாலும் எந்த ஆணும் பெண்ணும் இருமுறை திருமண வாய்ப்புகளைப் பெறமுடியாது என்பதாலும் எடுத்த எடுப்பிலேயே இது இயலாதது என்று கூறி விடலாம். எனெனில் தங்களுக்குள் வரையறைகளால் கட்டுப்படுத்திக் கொண்டுள்ள ஒரு சாதியில் மணம் முடிக்கத்தக்க நிலையில் உள்ள ஆண்களுக்காகச் சுற்றிவரும் மணப்பருவமுள்ள பெண்கள் எப்போதும் சம அளவிலேயே இருப்பார்கள். இக்காரணங்களால் மனைவியை இழந்து கூடுதலாக உள்ள ஆணைக் குழுவுடன் இணைத்துவைத்திருப்பதற்கான ஒரே வழி திருமணப் பருவமெய்தாத ஒரு பெண்ணை அவனுக்கு மணமுடித்து வைப்பதே கூடுதலாக உள்ள ஆணின் பிரச்சினையைத் தீர்ப்பதற்குள்ள வழிகளில் இதுவே சிறந்தது எனலாம். இதனால் அவன் சாதிக்குள்ளேயே நிலை நிறுத்தப்படுகின்றான். அவன் வெளியேறுவது தடுக்கப்படுவதால்

குழுவின் எண்ணிக்கை குறையாமல் காப்பாற்றப்படுகின்றது. அகமண வழக்கத்தின் ஒழுக்கமும் காக்கப்படுகின்றது.

ஆண், பெண் ஆகிய இருபாலாரின் எண்ணிக்கை ஏற்றத் தாழ்வு பின்வரும் நான்கு வழிகளில் இணக்கமாகப் பேணப் படுவதைக் காணலாம்.

1. இறந்துபோன கணவனுடன் மனைவியை எரித்து விடுதல்.

2. வற்புறுத்திப் பெண்ணை விதவையாக வைத்திருத்தல் எரிப்பதைவிட மென்மையான முறை.

3. மனைவியை இழந்தவன் மீது திருமணமாகாத பிரம்மச்சரிய ஒழுங்கு முறையைத் திணித்தல்.

4. திருமணப் பருவமெய்தாத பெண்ணொருத்தியை அவனுக்கு மணமுடித்து வைத்தல்.

மேற்கூறியவாறு விதவையை எரித்தலும், மனைவியை இழந்த ஆண் மீது பிரம்மச்சரிய ஒழுக்கத்தைத் திணித்தலும் அகமண வழக்கத்தைக் காக்கும் முயற்சிக்கு உதவியாக இருக்கும் என்பதில் சந்தேகமிருப்பதால், அந்த முயற்சிக்கு இந்த நான்கும் வழிகளாக இயங்குகின்றன. ஆனால் இந்த வகைகள் தளர்த்தப்படும்போதும் அல்லது செயற்படும்போதும் ஒரு முடிவை உண்டாக்கும். அந்த முடிவு என்ன? அவை அகமண வழக்கத்தை உருவாக்கி நிலை நிறுத்துகின்றன. சாதியைக் குறித்த பல்வேறு வரையறைகளை ஆய்ந்த ஆய்வின்படி சாதியும், அகமண வழக்கமும் ஒன்றே என்றாகிறது. இவ்வழி வகைகள் இருப்பது சாதியோடு ஒத்தது. சாதி இந்த வழிவகைகளை உள்ளடக்கிக் கொண்டு இயங்குகின்றது.

சாதிகளின் அமைப்பில் ஒரு சாதியின் பொதுவான அமைப்பியக்கம் இதுவே என நான் கருதுகின்றேன். தற்போது நாம் உயர்வான பொது நுணுக்கங்களை விடுத்து இந்து சமூகத்திலுள்ள சாதிகளின் அமைப்பியக்கத்தை ஆராய்வோமாக. பழமையை ஆய்ந்து தெளிவாக்க முயல்பவர்களின் பாதை கரடு முரடானது. படுகுழிகள் நிறைந்தது. இந்தியாவில் சாதி மிகத் தொன்மையான நிறுவனம். அதை அறிவதற்கு நம்பத்தக்க சான்றுகளோ எழுதப்பட்ட பதிவேடுகளோ இல்லாத நிலையில் அதுவும் உலகே மாயம் என்ற கருத்தும் வரலாற்றை எழுதி வைப்பது

மடமை என்ற எண்ணமும் உள்ள இந்துக்கள் தொடர்புடைய வகையில் ஆய்வு மேலும் கடினமானது. வரலாறு நெடுங்காலமாக எழுதப்படாமல் இருந்தபோதிலும் சாதி அமைப்பு மிகத் தொன்மையானது என அறிய முடிகின்றது. பழம்பொருட்களின் கற்படிமங்கள் (fossils) தம் வரலாற்றைப் புலப்படுத்துவது போல பழக்க வழக்கங்களும் நெறிமுறைகளும் எழுதப்படாதவையாயினும் சமூக அமைப்புகளில் இவை உயிர்வாழ்ந்து கொண்டிருக்கின்றன. இதை மனதில் கொண்டு கூடுதலான ஆண் கூடுதலான பெண் ஆகியோராக எழுந்த பிரச்சினைகளைத் தீர்ப்பதற்கு இந்துக்கள் மேற்கொண்ட வழியை நாம் ஆய்ந்தால் நம் முயற்சிக்குத் தக்க பயன் கிடைக்கும்.

மேலோட்டமாக நோக்குவோருக்கும் இந்து சமூக அமைப்பின் இயக்கம் குழப்பமாகத் தோன்றினும் அந்தச் சமூகம் மனைவிக்கென அமைந்த மூன்று தனித்தன்மைகளை கொண்ட வழக்காறுகளை வெளிப்படுத்துகின்றது.

1. சதி அல்லது இறந்து பட்டக் கணவனின் உடலோடு அவன் மனைவியையும் சேர்த்து எரித்தல்.

2. விதவை மறுமணம் புரிந்து கொள்ள முடியாதவாறு தடுத்துக் கட்டாயப்படுத்தி விதவைக் கோலம் பூண வைப்பது.

3. பேதை (சிறு பெண்) மணம்.

இது தவிர, மனைவியை இழந்த கணவன் தன் விருப்பதால் சந்நியாசம் (துறவு வாழ்க்கை) மேற்கொள்ளுதலையும் காணலாம். சிலவேளைகளில் இது அவரவர் மனப்போக்கைப் பொறுத்ததாகவே அமைகிறது.

எனக்குத் தெரிந்த வரையில் இன்றளவும் இந்த பழக்க வழக்கங்களின் தோற்றத்திற்கு அறிவியல் வழியான விளக்கமெதுவும் வெளிவரவில்லை. இந்தப் பழக்கவழக்கங்கள் ஏன் மதிக்கப்பட்டன என்பதை எடுத்துரைக்கும் ஏராளமான தத்துவங்கள் உள்ளன. ஆனால் அந்தப் பழக்கவழக்கங்கள் ஏன், எப்போது, எப்படி, யாரால் தோற்றுவிக்கப்பட்டன என்பதையோ எவ்வாறு நிலைத்து நிற்கின்றன என்பதையோ விளக்குவதற்குத்தான் எதுவுமில்லை.

சதி வழக்கம் மதித்துப் போற்றப்படுவதற்கான காரணங்கள்

பின்வருமாறு கூறப்பட்டுள்ளன.

'கணவன், மனைவி ஆகியோரின் உடலும், ஆன்மாவும் இரண்டறக் கலத்தல்'. 'மரணத்திற்கு அப்பாலும் நிலவும் பக்தி பிணைப்பு'. உமாதேவி கூறும் பின்வரும் கூற்றிலிருந்து ஒரு இலட்சிய மனைவி எப்படி இருக்க வேண்டும் என்பதற்கான எடுத்துக் காட்டு. 'தன் கணவனிடம் பக்தி பெருக்கோடு இருப்பதுதான் பெண்ணிற்குப் பெருமை. அதுவே அவளது அழியாத சொர்க்கம்'. மேலும் உமாதேவி உள்ளத்தை உருக்கும் உணர்வோடு கதறுகின்றாள். 'ஓ மகேஸ்வரா' என்னோடு நீங்கள் நிறைவு காணவில்லையெனில் சொர்க்கத்தையும் நான் விரும்ப மாட்டேன்.

கட்டாய விதவைக் கோலம் ஏன் போற்றப்படுகின்றது என எனக்குத் தெரியவில்லை. இந்த வழக்கத்தைக் கடைப்பிடிப்போர் பலர் இருப்பினும், இதைப் போற்றிப் புகழும் எவரையும் நான் சந்தித்த தில்லை. டாக்டர் கெட்கர் கூற்றுப்படி, சிறுமியர் மணத்தின் பெருமை பின்வருமாறு. "மெய்யாகவே நேர்மையுள்ள ஆணும் பெண்ணும் திருமணத்தால் ஒன்றியபின், வேறொரு பெண்ணையோ ஆணையோ நேசிக்கக்கூடாது. இத்தகைய தூய்மை திருமணத்திற்குப் பின் மட்டுமல்ல, திருமணத்திற்கு முன்பே கூட கட்டாயம் இருத்தல் வேண்டும். ஏனெனில் அதுவே சரியான கற்பின் இலட்சியம். தான் திருமணம் செய்து கொள்ளப் போகும் ஆணைத் தவிர வேறொரு ஆணைக் காதலிக்கும் கன்னிப் பெண் தூய்மையானவளாகக் கருதப்படமாட்டாள். தான் யாரை மணக்கப் போகிறோம் எனத் தெரியாத நிலையில் அவள் தன் திருமணத்திற்கு முன் எந்த ஆணிடத்திலும் நேச உணர்வு கொள்ளக்கூடாது. அவள் அவ்வாறு விரும்பினால் அது பாவமாகும்.

ஆகையால், ஆண்-பெண் உறவு பற்றிய உணர்ச்சி தன்னுள் எழுவதற்கு முன், தான் யாரைக் காதலிக்க வேண்டும் என்பதை அறிந்து வைத்திருப்பது ஒரு பெண்ணுக்கு நல்லது." இதுவே பேதை மணத்திற்கான காரணம்.

மேலே குறிப்பிட்டவாறு வானளாவப் புகழப்பட்டதும் 'உண்மைக் கலப்பற்றதுமான விளக்கம் இந்த வழக்கங்கள் ஏன் கௌரவிக்கப்

---

1) A.K. Coomaraswamy, Sati: A Defence of Eastern Women, British Sociological Review, Vol.VI.1913.

பட்டன என்பதைத்தான் வெளிப்படுத்துகின்றதே ஒழிய ஏன் பின்பற்றப்பட்டன என்பதைச் சொல்லவில்லை. இந்த வழக்கங்கள் அனுசரிக்கப்பட்டு வந்ததாலேயே அவை போற்றப்பட்டுள்ளன என்பதே என் விளக்கமாகும். பதினெட்டாம் நூற்றாண்டில் தலை தூக்கிய தனி மனித சுதந்திரம் (Individualism) பற்றிச் சிறிதளவேனும் அறிந்துள்ள எவரும் என்னுடைய இந்த விளக்கத்தைப் பாராட்டவே செய்வர். எல்லாக் காலங்களிலும் இயக்கமே (Movement) முக்கியமானதாய் உள்ளது. அந்த இயக்கத்தைச் சார்ந்தே தத்துவங்கள் வளர்ந்து இயக்கத்தை நியாயப்படுத்தவும் பக்கபலமாக இருக்கவும் உதவுகின்றன. அவ்வாறே இந்தப் பழக்கவழக்கங்கள் பெரிதாகப் போற்றி புகழப்படுவதற்குக் காரணம் அத்தகைய புகழ்ச்சி இல்லாமல் இப்பழக்க வழக்கங்கள் ஏன் தோன்றின என்ற கேள்விக்கு என் பதில் இதுதான். "சாதீய அமைப்பை உருவாக்கவே அவை தேவைப்பட்டன. இந்தப் பழக்க வழக்கங்களைப் பாராட்டிப் பிரபலமாக்குவதற்குத் தத்துவங்கள் தோன்றின. இந்த பழக்கவழக்கங்கள் கள்ளங்கபட மற்றவர்களின் நியாய உணர்வுக்கு வெறுக்கத்தக்கதாகவும், அதிர்ச்சி அளிப்பதாகவும் இருந்து வந்திருக்க வேண்டும். எனவே கசப்பான மாத்திரையை இனிப்பு கலந்தும் கவர்ச்சியான முலாம்பூசியும் கொடுப்பதுபோல இந்த பழக்கவழக்கங்களைப் பரப்புவதற்குத் தத்துவங்கள் தேவைப்பட்டன. இந்தப் பழக்கவழக்கங்கள் அடிப்படையில் சாதாரண வழிமுறைகளே (means) ஆனால் அவை சீரிய சாதாரண வழிமுறைகளே (means) ஆனால் அவை சீரிய இலட்சியங்கள் (ideals) எனக் காட்டப்பட்டன. எனவே இவற்றால் பெறப்படும் விளைவுகளைக் காண இயலாதவர்களாகிவிடக்கூடாது. வழிமுறைகளைச் சீரிய இலட்சியங்களாக உணர்த்திக்காட்டுவது அவசியம் என்பதில் ஐயமில்லைதான். ஆனால் அவ்வாறு ஆக்குவது மிகச்சிறந்த செயல்திறனோடு இயங்கும் ஆற்றலை அந்த வழிமுறைகளுக்கு அளிக்கும் நோக்கம் இருக்க வேண்டும். குறிப்பிட்டதொரு இலட்சியத்திற்கான வழி முறைகளையே இலட்சியம் எனக் கூறுவது அந்த வழிமுறைகளின் உண்மையான இயல்பை மூடி மறைத்து விடும் என்பதைத் தவிர, வேறு இடையூறு ஏதும் இதில் இல்லை. ஆனால் இவ்வாறு கூறுவது வழிவகைகளின் உண்மையை இழக்கச்

1) டாக்டர் எஸ்.வி.கெட்கர் - இந்தியாவில் சாதியின் வரலாறு 2009, பக்.22-32

செய்துவிடக்கூடாது. வழிமுறைகளையே இலட்சியம் என்று கூறுவதைப் போலப் பூனைகள் எல்லாம் நாய்களே எனச் சட்டம் இயற்றி விடலாம்.

ஆனால் அவ்வாறு இயற்றப்படும் சட்டத்தால் எவ்வாறு பூனைகள் நாய்களாக ஆக முடியாதோ அதுபோல வழிமுறைகளின் இயல்பை மாற்றுவது இயலாததாகும். எனவே இலட்சியம் எனக் கொள்ளப்பட்டாலும் சரி, வழிமுறை எனக் கொள்ளப்பட்டாலும் சரி, சாதி, கட்டாயமாகக் கைம்பெண்ணாக்குதல், குழந்தை மணம், ஆகிய பழக்கவழக்கங்கள், ஒரு சாதியின் கூடுதல் ஆண், கூடுதல் பெண் என்னும் சிக்கலைத் தீர்ப்பதையும் அகமண வழக்கத்தைத் தொடர்ந்து காப்பாற்றுவதையும் நோக்கமாகக் கொண்டது எனக் கருதுவது நியாயமானதே. இந்தப் பழக்க வழக்கங்கள் இல்லாமல் திடமான அகமண வழக்கத்தை நிலைநிறத்த முடியாது. அகமண வழக்கம் இல்லாத சாதி என்பது போலித்தனமானதுமாகும்.

இந்தியாவில் சாதி உருவான முறையையும் அது காக்கப் பட்டு வந்துள்ள முறையையும் விளக்கியதைத் தொடர்ந்து சாதியின் தோற்றுவாய் எது? என்று கேள்வி எழுவது இயல்பே. சாதியின் தோற்றம் பற்றிய இந்தக் கேள்வி எப்போதுமே எரிச்சலூட்டக் கூடியது. சாதி பற்றிய ஆய்வில் இந்தக் கேள்வி வருத்தப்படக் கூடிய அளவில் புறக்கணிக்கப்பட்டிருக்கிறது. சிலர் இதனை கண்டும் காணாததுமாக விடுத்துள்ளனர். சிலர் தந்திரமாகத் தவிர்த்திருக்கின்றனர். சிலர் சாதியின் தோற்றம் என்று சொல்லின் மீது உள்ள விருப்பத்தைக் கட்டுப்படுத்திக்கொள்ள முடியாமல் போனால், அச்சொல்லின் பன்மை வடிவமான ‘சாதியின் தோற்றங்கள்’ என்பதே மிகப் பொருத்தம் எனக் கூறியுள்ளனர். என்னைப் பொறுத்தவரை இந்தியாவில் சாதியின் தோற்றம் பற்றி நான் கதறவுமில்லை. கலங்கவுமில்லை. காரணம், நான் ஏற்கெனவே நிறுவியுள்ளவாறு சாதியின் தோற்றம் என்பது அகமண வழக்கத்தின் அமைப்பியக்கமே சாதிக்கு வித்திட்டது எனக் கருதுகின்றேன்.

ஒரு சமுதாயத்தில் தனி மனிதர்களின் அணுக் கூறுகளாக உள்ள கருதுகோள்கள் அரசியல் மேடைகளில் பெரியதாகப் பரப்பப் படுவதும், கொச்சைப்படுத்தப்படுவது எனக் கூறி இருந்தேன். மிகப் பெரிய ஏமாற்று வித்தையாகும். தனி மனிதர்களே சமுதாயத்தை உருவாக்குகிறார்கள் எனக் கூறுதல் அற்பமானது. சமூகம் என்பது

எப்போதும் வர்க்கத்தினரை (Class) உள்ளடக்கியது. வர்க்க முரண்பாடு பற்றிய கொள்கையை வலியுறுத்தல் மிகப்படுத்துவதாக இருக்கலாம். ஆனால் ஒரு சமூகத்தில் பலதரப்பட்ட வர்க்கங்கள் இருந்து வருவது என்பது உண்மையே. இந்த வர்க்கங்களின் அடிப்படைகள் மாறுபடலாம். வர்க்கங்கள் பொருளாதார அல்லது அறிவு வகைப்பட்ட அல்லது சமூக அடிப்படையுடையவையாக ஏதாவதொரு வர்க்கத்தின் உறுப்பினனாகவே இருக்கிறான். இது உலகமறிந்த உண்மை. தொன்மையான இந்து சமூகம் இந்த உண்மைக்கு விதிவிலக்கானதல்ல. விதிவிலக்காக இருந்ததில்லை. என்பதும் உண்மையே. நாம் இந்த உண்மையைக் கருத்தில் கொள்வது சாதியின் தோற்றம் பற்றிய நம் ஆய்வுக்கு உதவியாக இருக்கும். ஏனெனில் எந்த வர்க்கம் முதலில் சாதியாக உருமாறியது என்று தீர்மானிப்பது போதும். ஏனெனில் சாதியும் வர்க்கமும் அண்டை வீட்டுக்காரர்கள் மாதிரி. மிகச்சிறிய இடைவெளியே இவ்விரண்டையும் தனித்தனியே பிரிக்கின்றது. சாதி என்பது தனித்து ஒதுக்கப்பட்டுப் பாதுகாக்கப்படும் ஒரு வர்க்கமே ஆகும்.

சாதியின் தோற்றம் பற்றி நாம் ஆராயும்போது இந்த வேலியைத் தனக்குத் தானே அமைத்துக் கொண்ட வர்க்கம் எது என்ற கேள்வி எழுகின்றது. சாதியின் தோற்றத்தை அறிந்துகொள்ள முற்படும் போது துருவிக் கேட்கப்படும் கேள்வியாக இது தோன்றலாம். பொருத்தமான இந்தக் கேள்வியினால் இந்தியா முழுமைக்கும் பரவி வளர்ந்துள்ள சாதியின் தன்மையையும். புதிரையும் தெளிவாக்கிக் கொள்ள முடியும். இக்கேள்விக்கு நேராகப் பதில் கூறும் ஆற்றல் எனக்கில்லை. சுற்றி வளைத்தே இதற்குப் பதில் கூற முடியும். இந்து சமுதாயத்தில்தான் இவ்விதப் பழக்க வழக்கங்கள் உள்ளன என்பதை சற்று முன்பு கூறியுள்ளேன். உண்மைக்கு மாறுபடாமல், இக்கூற்றினைத் தெளிவுபடுத்த வேண்டும். ஏனெனில் இக்கூற்று இந்தப் பழக்கவழக்கங்கள் எங்கும் பரந்த அளவில் நின்று நிலவி இருப்பதைக் குறிப்பிடுகிறது. இந்த சமுதாயத்தில் மிக உயர்ந்த நிலையில் உள்ள பிராமணர்களே மேற்கூறிய இந்தப் பழக்கவழக்கங்களைக் கண்டிப்பாகவும் கட்டுக் கோப்பாகவும் கடைப்பிடிக்கின்றனர். பிராமணர்களைப் பார்த்து, பிராமணர் அல்லாத பிற சாதியினரும் இந்தப் பழக்க வழக்கங்களைப் பரவலாகப் பின்பற்றியபோதிலும் அவர்கள்

கண்டிப்பாகவும், முழுமையாகவும் இவற்றைப் பின்பற்றுவதில்லை. மிக முக்கியமான முடிவுக்கு வருவதற்கு இந்த உண்மை, அடித்தளமாகப் பயன்படவல்லது.

பிராமணர் அல்லாதாரிடம் இப்பழக்கவழக்கங்கள் நிலவி வருவதற்குக் காரணம் பிராமணர்களிடமிருந்து அவர்கள் இதைப் பெற்றதன் விளைவே என்பதனை எளிதாக நிறுவ முடியும். இவ்வாறு நிறுவும்போது, சாதி என்னும் நிறுவனத்திற்கு உருவம் கொடுத்த தந்தையார் என்பதைக் குறித்த வாதம் தேவையற்றதாகிறது. பிராமண வர்க்கம் ஏன் தன்னைத்தானே ஒரு சாதியாக வேலியமைத்துத் தனிமைப்படுத்திக் கொண்டது என்பது முற்றிலும் வேறானதொரு கேள்வி. அக்கேள்விக்குரிய தருணத்தைப் பின்னர் வைத்துக் கொள்ளலாம். ஆனால் மேற்கூறிய பழக்க வழக்கங்களை மிகக் கடுமையாகக் கடைப்பிடித்து சமூகத்தின் மிக உயர்ந்த நிலையில் தம்மைத் தாமே அகந்தையோடு நிலை நிறுத்திக் கொண்டுள்ளதைக் கொண்டு அனைத்து பண்டை நாகரிகத்தைச் சார்ந்த புரோகித் வர்க்கத்தினரே இந்த இயற்கைக்கு மாறான நிறுவனங்களை இயற்கைக்குப் புறம்பான வழிகளில் தோற்றுவித்துப் பாதுகாத்து வருபவர்கள் என்பதை நிறுவி விடலாம்.

இந்திய நாடு முழுமைக்கும் சாதி முறை எவ்வாறு பரவி வளர்ந்தது என்ற கேள்வி குறித்த என்னுடைய ஆய்வின் மூன்றாவது பகுதியை எடுத்துக் கொள்வோம். இந்தக் கேள்விக்கு என் விடை என்ன? சாதி இந்த நாட்டின் பிராமணரல்லாத மக்களிடையே எப்படி பரவியது? இந்தியாவில் சாதிகளின் தோற்றம் பற்றிய வினாவை விடச் சாதிகள் எவ்வாறு பரவின என்பது பெரும் தொல்லைக்குட்பட்டு நிற்பதாகும். நானறிந்த வரையில் சாதியின் தோற்றமும், பரவுதலும் பற்றிய கேள்விகள் தனித்தனியானவை அல்ல என்று எனக்குத் தோன்றுகின்றது. ஏதோ ஒருவகை தெய்வத்தன்மை பொருந்திய மதக் கோட்பாடாக எதற்கும் எளிதில் வளைந்து கொடுக்கும் இந்திய மக்கள் மீது சட்டம் இயற்றும் ஒருவரால் சாதி திணிக்கப்பட்டிருக்க வேண்டும் எனவும், இந்திய மக்களுக்கு மட்டுமே உரித்தான வகையில் சமூக வளர்ச்சி விதியால் சாதி உருவாகி வளர்ந்து வந்திருக்க வேண்டுமெனவும் அறிஞர்களிடையே பொதுவான கருத்து நிலவுவதே மேற்கூறியவாறு நான் கருதுவதற்குக் காரணமாகும்.

முதலாவதாக சட்டம் இயற்றியவரை பற்றிக் காண்போம். நெருக்கடியான நிலைமைகளில் அவதாரம் எடுத்துப் பாவத்தில் மூழ்கி இருக்கின்ற மனித குலத்தைத் திருத்தி, நியாயத்தையும் நல்லொழுக்கத்தையும் நிலைநாட்டுவதற்காகச் சட்டம் இயற்றி அளித்தவர்களை உலக நாடுகள் ஒவ்வொன்றும் பெற்றிருக்கின்றன. இந்தியாவில் அத்தகைய சட்டம் இயற்றி அளித்தவரே மனு ஆவார். இந்த மனு உண்மையிலேயே இருந்திருப்பாரேயானால் நிச்சயமாக அவரை துணிச்சலான மனிதர் என்றே கொள்ள வேண்டும். அவர் சாதி பற்றிய சட்டத்தை அளித்தவர் என்ற கதையை ஒப்புக் கொள்வதானால் அவர் ஆணவமிக்கவராகவும் அவருடைய கோட்பாடுகளை ஒப்புக்கொண்ட மனிதர்கள். நாமறிந்திருக்கும் மனித சமுதாயத்திலிருந்து வேறுபட்டவர்களாகவும்தான் இருக்க வேண்டும். சாதிமுறைக்கென்று சட்டத்தை ஒருவர் வழங்கினார் என்பதே கற்பனைக்கும் எட்டாததாக உள்ளது. மனு தன்னுடைய சட்டத்தினால் சாகா வரம் பெற்று விட்டார் என்றால் அது மிகையாகாது. ஒரு வர்க்கத்தைக் கோபுரத்தின் உச்சிக்கு ஏற்றுவதற்காக இன்னொரு தன் எழுத்தாணியாலேயே தாழ்த்திச் சாதித்த இந்த மனு, எல்லா மக்களையும் அடக்கி ஆளும் கொடுங்கோலனாக இருந்தாலொழிய இந்த அளவுக்குப் பாகுபாடுகளை அநீதியான வழியில் நடைமுறைப் படுத்த அனுமதித்திருக்க முடியாது. அவருடைய நிறுவனங்களை சமூக அமைப்பு முறையை ஒருமுறை பார்த்தாலே இது புலனாகி விடும். நான் மனுவை மிகக் கடுமையாகச் சாடுவதாகத் தோன்றலாம். இந்த மனுவின் ஆவியை எதிர்த்துக் கொல்லும் அளவுக்கு எனக்குப் போதுமான வலிமை இல்லை என்பதை அறிவேன். உடலற்ற ஆவியாக இருக்கும் மனு மேலும் நீண்ட காலத்திற்கு அப்படி இருக்கவும் வேண்டப்படுகிறார். அப்படியே வாழக்கூடும் என நான் அஞ்சுகிறேன். நான் உங்களுக்கு வலியுறுத்திக் கூறுவதெல்லாம் சாதி பற்றிய சட்டத்தை மனு வழங்கவில்லை. மனுவுக்கு நெடுங் காலத்திற்கு முன்பிருந்தே நெடுங்காலமாகச் சாதி நிலவி வருகிறது. ஆனால் அவர் சாதி முறை நல்லதெனக் கூறி அதற்குத் தத்துவமளித்து நிலை நிறுத்திய பணியைச் செய்திருக்கிறார். இன்றுள்ள நிலையில் காணப்படும் இந்து சமுதாயத்தை மனு உண்டாக்கவில்லை. உண்டாக்கவும் முடியாது. தன் காலப் பழக்கத்திலிருந்தே சாதி வழக்கங்களை விதிகளாகத் தொகுத்தமைத்துச் சாதி தருமத்தைப் போதித்ததோடு மனுவின் பணி முடிந்தது. மிகப் பெரிய அளவில்

பரவி வளர்ந்துள்ள சாதி முறையைத் தனி மனிதனின் சக்தியாலோ, தந்திரத்தாலோ அல்லது ஒரு வர்க்கத்தாலோ சாதித்திருக்க முடியாது. அடுத்து பிராமணர்களே சாதியைப் படைத்தனர் என்னும் கோட்பாடும் அர்த்தமற்றதே.

மனுவைப் பற்றி நான் விளக்கியதற்கும் மேலாக சொல்வதற்கு ஏதுமில்லை. பிராமணர்கள் பலவகைகளில் குற்றமிழைத்தவர்களாக இருக்கலாம். கற்றமிழைத்தவர்கள்தான் என நான் துணிந்து கூறவும் செய்வேன். ஆனால் சாதி முறையைப் பிராமணர்கள் பிராமணரல்லாதார் மீது திணித்தார்கள் என்பது உண்மையல்ல. அதற்குரிய துணிவோ, ஆற்றலோ அவர்களுக்குக் கிடையாது. சாதி முறை பரவுவதற்குப் பிராமணர்கள் தங்கள் நயமான தத்துவங்களின் மூலம் துணை புரிந்திருக்கலாம். ஆனால் தங்கள் வரையறைகளுக்கு அப்பால் தங்களுடைய திட்டத்தை உந்தித் தள்ளி நிச்சயமாக அவர்கள் புகுத்தியிருக்க முடியாது. தங்களுக்குத் தகுந்தாற் போலவும், தாங்கள் நினைப்பது போலவும், சமூகத்தை மாற்றியமைப்பது என்பது இயலாத காரியம்.

அச்செயல் எவ்வளவு புகழ்தற்குரியது? எவ்வளவு கடினமானது? எவரும் சாதி மேன்மேலும் வளர்வது குறித்து மகிழலாம். பரவசத்தால் போற்றிப் பாராட்டலாம். அதைத் தவிர ஒரு எல்லைக்கு மேல் அதனைப் பரப்ப முடியாது. நான் இவ்வளவு கடுமையாகத் தாக்குவது தேவையற்றதாக இருக்கலாம். எனினும் இவ்வாறு தாக்குவது ஏன் என விளக்கத்தான் போகிறேன். எப்படியோ இந்து சமுதாயம் சாதி அடிப்படையில் அமைந்தாகிவிட்டது. சாதி அமைப்பு சாஸ்திரங்களால் உருவாக்கப்பட்டது. அந்த சாஸ்திரங்களால் உருவானது ஒருபோதும் தவறாக இருக்க முடியாது என்றும் நம்பிக்கை உள்ளது. இந்த நம்பிக்கைக்கு எதிராகத் தான் நான் இவ்வளவு தூரம் பேசி வந்திருக்கின்றேன். மத சம்பிரதாயப் புனிதம் விஞ்ஞான அடிப்படையில் அமைந்தது என்றோ மத சம்பிரதாயங்களுக்கு எதிராகப் பேசும் சீர்திருத்தவாதிகளுக்கு உதவுவதற்காகவோ அல்ல நான் பேசியது. பிரசாரம் செய்வதால் சாதிமுறை தோன்றிவிடாது. தோன்றிய சாதி முறை பிரச்சாரத்தால் அழியவும் முடியாது. மத சம்பிரதாயப் புனிதத்தை விஞ்ஞான விளக்கத்திற்கு நிகராக வைக்கும் போக்கு எவ்வளவு தூரம் தவறானது என்பதைத் தெரிவிப்பதே என் நோக்கமாகும்.

இதனால் இந்தியாவில் சாதிகள் எவ்வாறு பரவின என்பதை அறிவதற்குப் பெரிய மனிதர் (மனு) கோட்பாடு உதவவில்லை எனலாம். தனி நபர் துதிபாடும் வழக்கத்திற்கு அவ்வளவாக ஆளாகாத மேனாட்டு அறிஞர்கள் பிற வகைகளில் இதற்கு விளக்கம் தர முயன்றிருக்கிறார்கள். அவர்கள் கருத்துப்படி இந்தியாவில் சாதிகள் உருவாவதற்குக் கருவாக அமைந்தவை பின்வருமாறு:

1. தொழில்
2. பழங்குடியினர் அமைப்புகளின் எச்சங்கள்
3. புதிய நம்பிக்கைகளின் தோற்றம்
4. கலப்பின விருத்தி
5. குடிபெயர்வு

இந்தக் கருமையங்கள் பிற சமூகங்களில் இல்லையா, இந்தியாவுக்கு மட்டுமுள்ள தனித்தன்மையா என்ற கேள்வி எழலாம். இந்தியாவுக்கு மட்டும், என அமைத்து விசித்திரமான தன்மையாக இல்லாமல் உலகமெங்கும் உள்ள பொதுத்தன்மை என்றால், ஏன் உலகின் மற்ற பகுதிகளில் இந்தச் சாதி முறை உருவாகவில்லை? வேதத்தின் பிறப்பிடமான இந்த நாட்டை விட அந்தப் பகுதிகளெல்லாம் புனிதம் நிறைந்தவை என்பதாகவா? அல்லது விளக்கம் கூறி வந்த அறிஞர்கள் தவறாகப் புரிந்து கொண்டதாலா? பின்னதாகக் கூறியதுதான் உண்மை என நான் அஞ்சுகின்றேன்.

இக்கருப் பொருட்களை ஆதாரமாகக் கொண்டு பல்வேறு ஆசிரியர்களும் தத்தம் கோட்பாடுகள் எவ்வளவு உயர்த்தவை என நிலைநாட்டுவதற்கு முயன்ற போதிலும் அவை கூர்ந்து நோக்கும் நமக்கு வெறும் கற்பனைக் காட்சிகளாகவே தெரிகின்றன. மாத்யூ ஆர்னால்டு கூறுவது போல இவற்றில் ‘பெயர்தான் பெரியது, பெரிய விஷயம் அதில் ஒன்றுமில்லை’ அவை இட்டு நிரப்பும் செயல்களேயன்றி வேறில்லை. சாதி பற்றி சர் டென்ஜில் இப்பெர்ட்ஸன் (Sir Denzil Ibbetsory) நெஸ்பீல்ட் (Nesfield), செனார்ட் (Scnart), சர்.எச்.ரிஸ்லி (Sir.H.Risley), ஆகியோர் தெரிவித்த பலவகைக் கோட்பாடுகளும் அத்தகையனவே. அவற்றை விமர்சனம் செய்வதென்றால் மரபுவழி தர்க்கவாதத்தின் ஒரு பிரிவாகிய கொள்கைக்கு ஏற்பக் குணம் பொருத்துதல் என்பதன் மாற்று வடிவம்

என்று கூற நேரும்- அதனை விளக்குவோம். எடுத்துக்காட்டாக, நெஸ்பீல்டு கூறுவதைக் காண்போம். ‘செயற்பாடு (Function) அதாவது தொழிலை அடித்தளமாகக் கொண்டே இந்தியாவில் சாதி அமைப்பு கட்டப்பட்டுள்ளது. தொழில்தான் சாதிகளுக்கெல்லாம் மூலகாரணம். ‘இந்தியாவில் சாதிகள் செயல் முறை (Functional) அல்லது தொழில் வகையிலானவை என்று கூறும் இந்தக் கூற்று நமக்குப் பெரிய விளக்கம் எதையும் சொல்லிவிடவில்லை. அவர் ஆராய்ச்சியில் கண்டுபிடித்துக் கூறியுள்ளது மிகவும் சாதாரணம். நாம் ஏற்கெனவே அறிந்த ஒன்றே. தொழில் வகையில் அமைந்த குழு தொழில் அடிப்படையிலான சாதியாக மாறியது என்பதை நெஸ்பீல்டு விளக்கவில்லை. மானுடவியல் ஆய்வாளர்கள் பலர் இருப்பினும் நெஸ்பீல்டு அவர்களை குறிப்பிடத்தக்க ஒருவராகக் கருதியதால் அவர் கூறிய கருத்துக்களை ஊன்றி ஆய நேர்ந்தது.

மனித இனம் பிரிந்து சிதைந்து போனதால் சாதிகள் இயற்கையாகவே தோன்றின என்னும் இயற்கையாக எழும் அரிய நிகழ்ச்சி கொள்கையை நாம் ஏற்றுக் கொள்ளத் தயாராக இல்லை. ஹெர்பர்ட் ஸ்பென்ஸர் என்பார் தமது பரிணாம வளர்ச்சி பற்றிய விதியில் விளக்கியுரைப்பது போல சாதி அமைப்பு சிதைந்து போகும் விதிக்குத் தக்கதாக(Law of Disinegratior) ஏற்பட்ட இயற்கை நியதி என்பதையோ, பழமைவாதிகள் எடுத்துரைப்பதுபோல உயிரோட்டமுள்ள ஒரு உருவில் - அமைப்பில் உள்ள உறுப்புகளின் வேறுபாடுகளைப் போல் இயற்கையானது என்பதையோ ஒவ்வொரு வர்க்கமும் சிறந்த இனமூலத்தை விருத்தி செய்வதற்கு எடுத்துக் கொண்ட பண்டைய கால முயற்சி என்ற அடிப்படையில் சாதி அமைப்பு தவிர்க்க முடியாததாக அமைந்தது என்பதையோ ஆதரவற்ற எளிய மக்கள் மீது இந்த விதிகளைக் கணக்கிட்டு திட்ட மிட்ட வகையில் திணிக்கப்பட்டது என்பதையோ விமர்சிக்காமல் என் சொந்தக் கருத்தை உங்கள் முன் வைக்கிறேன்.

முதலில் இந்து சமுதாயத்தை எடுத்துக் கொள்வோம். இந்தச் சமுதாயம் பிற சமுதாயங்களைப் போலவே பல வர்க்கங்களைக் கொண்டிருந்தது. அவ்வாறு அமைந்த பண்டைய வர்க்கங்களாவன-

1. பிராமணர்கள் அல்லது புரோகித வர்க்கம்.
2. சத்திரியர்கள் அல்லது இராணுவ வர்க்கம்

3. வைசியர்கள் அல்லது வணிக வர்க்கம்

4. சூத்திரர்கள் அல்லது கைவினைஞரும் ஏவலருமான வர்க்கம்.

இந்தப் பகுப்பு முறைகளை நன்கு கவனிக்க வேண்டும். இந்த அமைப்பில் ஒரு வர்க்கத்தைச் சேர்ந்தவர்கள் தம் தகுதிக்கேற்ப பிரிதொரு வர்க்கத்தினராக மாற முடியும். எனவே வர்க்கங்கள் தங்கள் நபர்களை மாற்றிக்கொள்ளலாம். இந்துக்களின் வரலாற்றில் ஏதோ ஒரு காலக்கட்டத்தில் புரோகித வர்க்கத்தினர் பிறரிடமிருந்து தங்களைத் தனியாகப் பிரித்துக்கொண்டு பிறருடன் கலவாமல் இருக்கும் கொள்கைப்படி (Closed door policy) தனியொரு சாதியினராக ஆனார்கள். இவர்களைப் போலவே பிற வர்க்கத்தினரும் சமுதாய உழைப்புப் பங்கீட்டு விதியின்படிப் பெரிதும் சிறிதுமாகச் சிதறிப் போயினர். இன்றைய எண்ணிலடங்கா பல்வகை சாதிகளை உருவாக்கியவை தொடக்ககாலக் கருப்பைகளான வைசிய வர்க்கமும், சூத்திர வர்க்கமுமே ஆகும். இராணுவத் தொழில் தன்னைத்தானே பல நுண்ணிய பகுதிகளாக்கிக் கொள்ள இடமளிக்காமையால் சத்திரிய வர்க்கத்தினர் போர் வீரர்களாகவும் ஆட்சியாளர்களாக மாற்றம் பெற்றனர்.

சமூகத்தில் இவ்வாறு வகுப்புகளுக்குள்ளே கிளை வகுப்புகள் அல்லது உட்பிரிவுகள் தோன்றுவது இயற்கையே இந்த உட்பிரிவுகளுள் இயற்கைக்கு மாறான இயல்பு ஒன்றும் உள்ளது. அதாவது, இந்த உட்பிரிவுகள், வர்க்க அமைப்பின் 'திறந்த வழித் தன்மை'யை இழந்த, சாதி முறையாக மாறித் தம்மைத் தாமே அடைத்துக் கொண்ட பிரிவினராகத் தனித்தனி சாதிகள் என்றாயினர். கேள்வி என்ன? இந்து மக்கள் பிறரோடு கலவாமல் தனித்தியங்குமாறு கட்டாயப்படுத்தப்பட்டார்களா? அல்லது அவர்களாகவே தனித்து இருப்பதற்குக் கதவுகளைத் தாழிட்டுக் கொண்டார்களா என்பதே. இதற்கு விடை இரு வேறு வழிகளில் கூறலாம். சிலர் தாங்களாகவே கதவுகளை அடைத்துக்கொண்டனர் - அதாவது சிலர் தாங்களாகவே பிரிந்து சென்று தனித்த சாதியினர் ஆயினர், சிலர் தங்களைத் தடுக்கும் வகையில் அடுத்தவரின் கதவுகள் அடைபட்டிருந்ததைக் கண்டனர் - அதாவது சிலர் பிறரோடு கலக்க இயலாதவாறு பிறரால் தடுத்து நிறுத்தப்பட்டனர். ஒன்று உளவியல் படியான விளக்கம் மற்றது சம்பிரதாயமாகக் கூறப்படும்

விளக்கம் இவை இரண்டும் ஒன்றுக்கொன்று தொடர்புடையவை. சாதி தோற்றத்தின் இயல்புகளை முழுவதுமாக விளக்குவதற்கு இவை இரண்டுமே தேவை.

முதலாவதாக உளவியல் விளக்கத்தை எடுத்துக் கொள்வோம். நாம் விடையளிக்க வேண்டிய வினா என்ன? உட்பிரிவுகள் அல்லது வர்க்கங்கள் அவை தொழில், மதம் சார்ந்தவையாயினும் சரி அல்லது மற்ற எவ்வகையாயினும் சரி ஏன் தம்மைத் தனிமைப்படுத்திக் கொண்டவையாக அல்லது அகமண வழக்கம் கொண்டவையாக ஆகி நின்றன என்பது கேள்வி. பிராமணர்கள் அவ்வாறு இருந்தனர் என்பதே என் விடை. அகமண வழக்கம் அல்லது கதவடைந்த அமைப்பு தனித்து இயங்குவது இந்து சமூகத்தின் ஒரு போக்காக (fashion) இருந்தது. அகமண வழக்கம் பிராமணர்களிடம் பிறந்தது. பின்னர் ஏனைய பிராமணர் அல்லாத உட்பிரிவினரும் அல்லது வர்க்கத்தினரும் முழு விருப்பத்தோடு பின்பற்றத் தொடங்கியதால் அவர்களும் அகமண வழக்கத்தினராயினர். இந்த வகை பிறரைப் பார்த்து அவர்களைப் போல வாழும் தொற்றுநோய் பழக்கம் அனைத்து உட்பிரிவினரையும் வர்க்கத்தாரையும் பிடித்துக் கொண்டதால் கலந்து பழகி வந்தவர்கள் பாகுபாடுகளை வளர்த்துக்கொண்டு வாழ்ந்து தனித்தனி சாதிகளாயினர். பிறரைப் பார்த்தொழுகும் 'போலச் செய்தல்' என்னும் மனப்போக்கு மனித மனத்தில் ஆழமாக இடம் பெற்ற ஒன்றாகும். எனவே பல்வேறு சாதிகள் எவ்வாறு உருப்பெற்றன என்பதற்கான நிறைவு தராத விளக்கமாக இந்தப் 'போலச் செய்தல்' மனப்போக்கு மனிதரிடம் எவ்வளவு ஆழமாக இடம் பெற்றிருக்கிறது என்பதை எடுத்துரைக்க வந்த வால்டர் பேகாட் கூறுகிறார். 'போலச் செய்தல்' போக்கினைத் தன்னிச்சையானதென்றோ, உணர்வு பூர்வமாக மேற்கொண்டதென்றோ கொள்ளக் கூடாது. அதற்கு மாறாக இந்தப் பழக்கம் மனதின் அடித்தளத்தில் ஆழமாகப் பதிந்து உறைவிடம் கொண்டுள்ளது. வெளிக்குத் தெரிவதில்லை. இந்த மனப் போக்கு நாம் சிறிதும் அறியாமலேயே வெளிப்படுகிறது என்பது மட்டுமல்ல அந்த நோக்கம் நம்முன் இருப்பதையே நம்மால் உணர முடியாததாகவும் உள்ளது. முன்னரே எண்ணிப் பார்க்கவும் இயலாததாய் இருப்பதோடு அந்தத் தருணத்தில் உணரப்படவே இல்லாததாகவும் இருக்கும். 'போலச் செய்தல்' இயல்பின் முக்கிய இருப்பிடம் நம் நம்பிக்கையே. 'ஒரு கருத்தை இணங்கி ஏற்கவும்,

பிறிதொரு கருத்தைப் பிணங்கி வெறுத்து ஒதுக்குவதற்கான காரணங்கள் நம்மிடம் இயல்பாகவே பொதிந்திருக்கின்றன. ஆனால் வெளுத்ததெல்லாம் பால் என நம்புகின்ற இயல்பு பற்றி எந்த ஐயத்திற்கும் இடமில்லை" போலச் செய்யும் மனப்போக்கை அறிவியல் வழியில் ஆய்வு செய்த கேப்ரியல் டார்ட் என்பார். இந்த மனப்போக்கின் மூன்று விதிகளைத் தருகின்றார். கீழ் நிலையிலுள்ள யாவரும் மேல் நிலையிலுள்ளவர்களைப் பின்பற்றுவது இயற்கை என்பது முதலாவது விளக்கம் அவருடைய சொற்களில் சொல்வதானால் "வாய்ப்பு கிட்டினால் எங்கும் எப்போதும் மேட்டுக்குடியினர் தம் தலைவர்களையும், அரசர்களையும் அரசபரம்பரையினரையும் போலச் செய்யத் தொடங்குவர். அவ்வாறே சாதாரண எளிய மக்களும் வாய்ப்பு கிடைக்கும் போது பிரபுக்களைப் பின்பற்றுவார்கள்" டார்ட்டின் மற்றொரு விதியானது 'பார்த்-தொழுகுதலின் அகலமும் ஆழமும் இடைவெளிக் தூரத்திற்கு ஏற்றவாறு தலைகீழ்விகிதப் பொருத்தத்தில் அமைகிறது' என்பதாகும். மேலும் அவர் கூறுவார். "மிக நெருக்கமாக உள்ளவர்களிடம் உள்ள மிக உயர்ந்தவற்றைப் பார்த்து ஒழுகுதல் ஏற்படுகிறது. உண்மையில் பார்த்தால் எதை முன்மாதிரியாக எடுத்துக் கொள்கிறோமோ அதன் செல்வாக்கு இடைவெளி தூரத்திற்கு ஏற்றவாறு தலைகீழ் விகிதத்தில் செயல்படுகிறது. இங்கு இடைவெளித் தூரம் என்பது சமூகவியல் நோக்கில் பொருள் கொள்ளத்தக்கது. இதன்படி, புதியவன் ஒருவன் இடைவெளித் தூரத்தைப் பொருத்தமட்டில் எவ்வளவு தொலைவில் இருப்பினும் அவளோடு அடிக்கடியாகவும் தினந்தோறுமாகவும் தொடர்பு கொள்ள நேர்ந்தால், நம்மைப் பார்த்து அப்படியே ஒழுகுவதற்கான, அவனது விருப்பங்களை நிறைவு செய்யக்கூடிய வாய்ப்பும் இருக்குமானால் அவன் நமக்கு அண்மையில் உள்ளவனாகவே ஆகின்றான். மிக நெருக்கத்தில் உள்ளவர்களை அதாவது மிக அருகில் உள்ளவர் களைப் பார்த்து ஒழுகுதல் என்றும் இவ்விதி, சமுதாயத்தில் உயர்ந்த அந்தஸ்தில் உள்ளவர்களால் நிறுவப்பட்டவைகளைப் பார்த்து கீழ் நிலையில் இருப்பவர்கள்

3. இயற்பியலும், அரசியலும், *1915* ப,*60*
4. போலச் செய்தலின் விதிகள், மொழி, பெ.சு.சி பார்சன்ஸ் வேறு பதிப்பு ப.*207*
5. மேற்காட்டிய நூல் ப.*223*

படிப்படியாகவும் ஒரு முன் மாதிரியைப் போலவே பரவிக் கொண்டு போவதாகவும் இருக்கும் இயல்பை விளக்குகிறது."

பிறரைப் பார்த்து ஒழுகுதலால் சில சாதிகள் தோன்றின என்னும் என்னுடைய கருதுகோளுக்குச் சான்று எதுவும் தேவையில்லை. ஆயினும் அக்கருதுகோளைச் சான்றுடன் நிறுவுவதற்கு சிறந்த வழியாக எனக்குத் தோன்றுவது இந்த சமுதாயத்தில் பார்த்து ஒழுகுதல் மூலம் சாதிகள் உருவானதற்கான அடிப்படை நிலைமைகள் உள்ளனவா இல்லையா என்று கண்டறிவதே ஆகும். இந்தத் தரமிக்க வல்லுனர்களின் கூற்றுக்கு ஏற்பப் 'பார்த்து ஒழுகுதலுக்கான இரு நிபந்தனைகளாவன.

1. பார்த்து ஒழுகப்படுவதற்குரியவர்கள் அந்தக் குழுவில் கௌரவம் பெற்றவர்களாக இருத்தல் வேண்டும்.

2. உறுப்பினர்களுக்கிடையே நாள்தோறும் அதிகப்படியான எண்ணிக்கையில் உறவுகள் இருக்க வேண்டும்.

இந்த இரு நிலைகளும் இந்தியாவில் இருந்தனவா என்பதில் ஒரு சிறிதும் ஐயத்திற்கு இடமில்லை. பிராமணன் பாதிக் கடவுளாகவும், அனேகமாக கண் கண்ட கடவுளாகவும் உள்ளான். அவன் ஒரு மாதிரியை (mode) முன்வைத்து அதற்கேற்ப மற்றவர்களைப் பின்பற்றும்படி செய்கிறான். அவனுடைய அந்தஸ்து கேள்விக் கிடமற்றது. நன்மை தீமைகளுக்கும் மகிழ்ச்சிக்கும் அவவனே மூலகாரணமாகக் கருதப்படுகின்றான். வேதங்களால் தெய்வமாகத் துதிக்கப்படும் புரோகிதர்களின் ஆதிக்கத்திற்கு உட்பட்ட மக்களால் போற்றப்பட்டு வரும் பிராமணன் தன் முன் மன்றாடி நிற்கும் மனித குலத்தின் மீது தன்னுடைய செல்வாக்கினைச் செலுத்தாமல் இருக்க முடியுமா? சொல்லப்பட்டு வரும் கதையெல்லாம் உண்மையென்றால் அவன் ஏன் படைப்பின் இறுதிக்கட்டமாக நம்பப்படுகின்றான்? இப்படிப்பட்டவன் எல்லா வகையிலும் பின்பற்றப்படத் தகுதியானவனே. அவன் அகமணவழக்கத்தை மேற்கொண்டு தனித்து இயங்குகின்றான். எனில் மற்றவர்கள் அவனை எடுத்துக்காட்டாகக் கொண்டு பின்பற்றத்தானே செய்வார்கள். நலிந்த மாந்தரினம் தீவிரமான வேதாந்தியிடமோ வீட்டு வேலைக்காரியிடமோ அது இடம் பெற்றிருந்தாலும்கூட அதற்கு இணங்கியே இருப்பார். வேறு விதமாக இருக்க முடியாது. பார்த்து ஒழுகுதல் எளிது. புதிதாகக் கண்டுபிடிப்பது கடினமானது.

இவ்வாறு பார்த்துப் போலச் செய்தல், சாதிகளின் தோற்றத்திற்கு எல்லனவுதூரம் துணை புரிந்துள்ளது என்பதை மற்றொரு வகையிலும் விளக்கலாம். இந்தப் பழக்க வழக்கங்கள் பற்றிப் பிராமணரல்லாதாரின் மனப்போக்கு எவ்வாறு இருந்தது என்பதை அறிவது இதற்கு அவசியம் இந்தப் பழக்கவழக்கங்கள், சாதி தலையெடுத்து வந்த காலத்திலேயே சாதி வடிவமைப்பை ஏற்க உதவின. வரலாற்றின் வளர்ச்சிப் போக்கில் இந்து மனங்களில் ஆழப்பதித்து இன்றளவும் எவ்விதப் பற்றுக்கோடும் இன்றி ஊசலாடிக் கொண்டிருக்கின்றன. இது குளத்து நீரின் மேல் மிதந்து கொண்டிருக்கும் பாசியைப் போன்றது. ஒரு வகையில் பார்த்தால் ‘இந்து சமூகத்தில் சாதி அந்தஸ்து சதி, கட்டாய விதவைக் கோலம், பேதை மணம் ஆகிய வழக்கங்களைக் கடைப்பிடிக்கும் அளவிலிருந்து நேர்விகிதத்தில் வேறுபடுகின்றது.

இந்தப் பழக்கவழக்கங்களைப் பின்பற்றுவது ஒரு சாதிக்கும் இன்னொரு சாதிக்கும் உள்ள இடைவெளிக்குத் தக்கவாறு வேறு படுகிறது. பிராமணர்களுக்கு மிக அருகில் நெருக்கியுள்ள சாதியினர் மேற்கூறிய மூன்று பழக்கவழக்கங்களைப் பார்த்து ஒழுகுவதோடு கண்டிப்பாகப் பின்பற்றுவதை வலியுறுத்துகின்றனர். ஓரளவு நெருங்கியுள்ள சாதியினர் கட்டாய விதவைக் கோலத்தையும் பேதை மண வழக்கத்தை மட்டுமே மேற்கொண்டனர். பிராமணர்களிடமிருந்து வெகுதூரம் விலகி நின்றவர்கள் சாதி பற்றிய நம்பிக்கையை மட்டுமே கொண்டனர். பார்த்துப் ‘போலச் செய்தல்’ முறைகளில் இவ்வாறு மாறுபாடுகள் இருப்பதற்குக் காரணம் ஒன்று டார்ட் கூறுவது போல இடைவெளிதூரம் மற்றொன்று இந்தப் பழக்க வழக்கங்களின் காட்டு மிராண்டித்தனமான இயல்பு. இந்த விநோத நிகழ்ச்சி, டார்டின் விதிக்கு முழுமையான விளக்கமாக உள்ளது. மேலும் இந்தியாவில் சாதிமுறை தோன்றி வளர்ந்ததற்குக் காரணம் மேல்நிலையிலிருந்த வகுப்பாரைப் பார்த்து கீழ் நிலையிலிருந்தோர் ‘போலச் செய்ததன் விளைவு’ என்பதையும் விளக்குகின்றது.

இத்தருணத்தில் நான் முன்பு கூறிய முடிவு ஒன்றினைப் பார்ப்போம். முன்பு நான் கூறியபோது அந்த முடிவு திடீரெனவோ ஆதாரமெதுவும் இல்லாமலோ மேற்கொள்ளப்பட்டதாகத் தோன்றியிருக்கலாம். பிராமண வர்க்கமே மேற்சொன்ன மூன்று பழக்க வழக்கங்களின் துணையோடு சாதி முறையைத் தோற்று

வித்தது என்று நான் கூறினேன். இந்த முடிவுக்குக் காரணம் மற்ற வகுப்பினரிடையே இந்தப் பழக்க வழக்கங்கள் பிறரைப் பின்பற்றும் வகையில் ஏற்பட்டவை என்பதுமாகும். பிராமணரல்லாதாரிடையே இந்தப் பழக்கவழக்கங்கள் அவர்களை அறியாமலேயே பரவுவதில் பார்த்துப் 'போலச் செய்தல்' பங்கு பற்றி கூறினேன். அவ்வாறு பார்த்துச் செய்வதற்கு ஒரு மூலமாக அமைந்த முன்மாதிரியான ஒரு சாதி வழக்கத்தில் இருந்திருக்க வேண்டும். அது பிறர் பின்பற்றி நடப்பதற்கு முன் மாதிரியாக உயர்ந்ததாகவும் இருந்திருக்க வேண்டும். மதத்தை உயிர் மூச்சாகக் கொண்ட சமுதாயத்தில் கடவுள் ஊழியனைத் தவிர வேறு யார் மற்றவர்களுக்கு இத்தகைய முன் மாதிரியாக அமைய முடியும்?

இந்த முடிவு பிறர்க்கு எதிராகத் தம்முடைய கதவுகளை அடைத்துக் கொண்டு தனிமைப்படுத்திக்கொள்ளக் கூடிய அளவுக்கு வலிமையற்றிருந்தவர்களின் கதையை முடித்து வைக்கின்றது. இனி பிறர் உள்ளே நுழைய முடியாதபடி கதவுகள் அடைக்கப்-பட்டிருந்ததன் காரணமாக மற்றவர்கள் எவ்வாறு அடைபட்டனர் என்பதைக் காண்போம். இதைத்தான் நான் சாதிய உருவாக்கத்தில் இயந்திர கதியில் (mechanistic) நடந்த முறை என்பேன். இந்த விதமாக இயந்திர கதியில் சாதி வளர்ச்சி அமைந்தது தவிர்க்க முடியாததாகிவிட்டது. என் முன்னோடிகள் இதனை இயந்திரகதி என்றோ அல்லது உளவியல் தன்மையானது என்றோ விளக்கம் தரவில்லை. காரணம் சாதி என்பதை அவர்கள் தனி ஒரு அலகு எனக் கருதியதுதான். சாதி என்பது 'சாதி முறை' என்ற ஒன்றின் ஒரு அங்கம் என்று அவர்கள் நினைக்கவில்லை. இப்படி அவர்கள் உண்மையைப் பார்க்க முடியாமல் போனதன் விளைவாக அல்லது உண்மையைப் பார்க்க மறந்ததன் விளைவாகச் சாதியைப் பற்றிச் சரியாக அறிந்துகொள்ள முடியாமற்போயிற்று. சாதி என்பது எண்ணிக்கையில் ஒன்றே ஒன்றாக இருத்தல் என்பது எப்போதும் இருந்திருக்க முடியாது. சாதிகள் எண்ணிக்கையில் பன்மையிலேயே நிலவி வருகின்றன. இந்தக் குறிப்பை எப்போதும் நெஞ்சில் நிலை நிறுத்திக் கொள்ளுமாறு கேட்டுக் கொள்கிறேன். 'ஒரு சாதி' என்ற ஒன்று இல்லை. எப்போதும் 'சாதிகள்' இருக்கின்றன. இக்கூற்றைப் பின்வருமாறு விளக்கியுரைப்பேன். பிராமணர்கள் தங்களைத் தனியாக ஒரு சாதி என்று ஆக்கிக் கொண்டதன் விளைவாகப் பிராமணரல்லாதார் என்றொரு சாதி உருவாக நேர்ந்தது. என்னுடைய

சொந்தப் போக்கில் சொல்வதானால் பிராமணர்கள் தங்களை உள்ளுக்குள் இருந்து அடைத்துக் கொண்டதால் மற்றவர்களை கதவுக்கு வெளியே நிற்குமாறு செய்துவிட்டனர். அதாவது பிராமணர்கள் தங்களை ஒதுக்கிக் கொண்டதன் விளைவாக மற்றவர்களை ஒதுக்கி விட்டனர். இந்தியாவை ஒட்டு மொத்தமாக எடுத்துக் கொண்டு பார்த்தால் இந்துக்கள் முகம்மதியர், யூதர், கிறித்துவர், பார்ஸி என்று பல்வேறு மத நம்பிக்கைகளால் பெயரிடப் பட்டுள்ள பலவகை மக்களைக் கொண்டுள்ளது. இவர்களுள் இந்துக்களைத் தனியே எடுத்து விட்டால் மற்றவர்கள் சாதிகள் அற்ற சமூகத்தினராவர். ஆனால் அவர்கள் ஒருவருக்கொருவர் வெவ்வேறு சாதிக்காரர்கள் கூட்டாக விலகிக் கொண்டால் தங்களைத் தாங்களே அடைத்துக் கொண்டவர்களாக்கிக் கொண்டால், பார்ஸிகள் தனித்து விடப்பட்டவர்கள் என்பது மட்டுமல்லாமல் மறைமுகமாகத் தங்களைப் பிரித்துக் கொண்டவர்களாகவும் ஆகின்றனர். குறியீடாகச் சொல்வதென்றால் ‘அ’ என்ற கூட்டம் தனித்திருக்க வேணடும் என்று விரும்பினால் அதன் விளைவாக ‘ஆ’ என்று கூட்டமும் நிர்பந்தமாகத் தனித்தியங்க நேர்கிறது.

இதே வாதத்தை இந்து சமூகத்திற்குப் பொருத்திப் பார்ப்போமானால் சாதியில் உள்ள பிளவுபடும் தன்மை தெளிவாக விளங்கும். தன்னைத்தானே பலவாக இரட்டித்துக்கொள்ளும் தன்மையின் விளைவு இது. சாதியிலுள்ள நீதிநெறி, மத மற்றும் சமூகக்கோட்பாடு ஆகியவற்றை வலுவாய் எதிர்க்கின்ற எந்தப் புதுமையையும் சாதி சிறிதளவும் சகித்துக் கொள்ளாது அவ்வாறே சாதியை எதிர்த்து நிற்கும் சாதியின் உறுப்பினர்கள் சாதியிலிருந்து வெளியேற்றப்படும் ஆபத்துக்குள்ளாவார்கள். அவ்வாறு வெளியேற்றப்படுபவர்களை மற்ற சாதிக்காரர்கள் ஏற்றுகொள்ள மாட்டார்கள்.

தங்கள் சாதிக்குள் இணைத்துக் கொள்ளவும் மாட்டார்கள். அவர்கள் தங்கள் விதிப்பயனை நொந்துக்கொண்டு திரிய வேண்டியதுதான். சாதி திட்டங்கள் ஈவிரக்கமற்றவை. குற்றங்களின் தன்மைகள் பற்றிய நுண்ணிய வேறுபாட்டினை ஆய்ந்து அறிந்து கொள்ள அவை காத்திருப்பதில்லை. புதுமைகள் அல்லது மாற்றங்கள் எவ்வகையினதாக இருந்தபோதிலும் ஒரே வகையான தண்டனைக்கே உள்ளாக நேரும். புதுவகையிலான சிந்தனையும் கூட ஒரு புதிய

சாதியைப் பிறப்பிக்கும் ஏனெனில் பழைய சாதி, புது வழிச் சிந்தனையை பொறத்துக்கொள்ளாது குரு என்று மரியாதையோடு அழைக்கப்படும் கெடுமதியாளனும் முறை பிறழ்ந்த காதலில் ஈடுபடும் பாவிகளும் எதிர்கொள்ளும் விதி ஒன்றே முன்னவன் மதவழிப்பட்ட குழு இயல்பு கொண்ட ஒரு சாதியை உருவாக்குகின்றான். பின்னவர்களோ ஒரு கலப்பு சாதி உருவாகக் காரணமாகின்றனர். சாதி சட்டங்களை மீறுவதற்குத் துணிவு கொண்ட பாவி ஒருவனுக்குச் சாதி கருணை காட்டுவதில்லை. அவர்களுக்கு விதிக்கப்படும் தண்டனை சாதியிலிரந்து விலக்கி வைக்கப்படுலே. இதன் விளைவு புதிய சாதியின் தோற்றம்.

சாதியிலிருந்து விலக்கிவைக்கப்பட்டோரைத் தங்களைத் தாங்களே ஒரு புதிய சாதியாக உருவாக்கிக் கொள்ளத் தூண்டியது எது? அது இந்து மனப்போக்கு அல்ல. அதனினும் அப்பாற்பட்ட ஒன்று முற்றிலும் இதற்கு மாறாக விலக்கிவைக்கப்பட்டவர்கள் வேறு சாதிக் (உயர்சாதி விரும்பப்படுவது) கூட்டத்திற்குள் சேர்த்துக் கொள்வதற்கு வாய்க்குமானால் அடக்கமான உறுப்பினர்களாகி நிற்பர். எனினும் சாதிகள் அடைக்கப்பட்ட பிரிவுகள் அவை தெளிவாக அறிந்து மேற்கொள்ளும் கள்ளத்தனமான செயல்திட்டம் என்னவெனில் விலக்கி வைக்கப்பட்டவர்களைத் தாங்களே ஒரு சாதியாக உருவாக்கிக் கொள்ளுமாறு கட்டாயப்படுத்துவதே ஆகும். வன்மனம் கொண்ட இந்தச் சூழ்நிலைக்கு கற்பிக்கப்படும் தருக்க நியாயம் ஈவிரக்கமற்றது இந்தச் சூழ்நிலையின் கட்டாயத்திற்குப் பணிந்ததால் தங்களைத் தாங்களே அடைத்துக்கொண்ட நிலையில் இருப்பதைப் பரிதாபத்திற்குரிய குழுவினர் கண்டனர். பிறர் தங்களைத் தனிமைப்படுத்திக் கொண்டதால் இவர்கள் தனித்து விடப் பட்டனர். இவ்வாறு தனித்து விடப்பட்டவர்கள் அல்லது சாதிச் சட்டங்களுக்கு எதிர்ப்பாக இருந்த காரணத்தால் உருவாக்கப்பட்ட புதிய குழுக்கள் தானே இயக்குகின்ற ஒரு இயந்திர விதியால் புதிய சாதிகளாக மாற்றப்பட்டுப் பன்மடங்காகப் பெருகின இந்தியாவில் சாதி உருவாக்கத்தின் இரண்டாவது கதை சொல்லப் பட்டது.

இப்போது என்னுடைய கருதுகோளின் முக்கிய கருத்துக்களைச் சுருக்கமாகப் பார்ப்போம். சாதியைப் பற்றி ஆராய வந்தவர்கள் புரிந்த பல்வேறு தவறுகளால் அவர்களின் ஆய்வுப் போக்கில் வழி

தவறியுள்ளனர் என்பேன். ஐரோப்பிய ஆராய்ச்சியார்கள் சாதி அமைவதற்கு நிறம் பெரும் பங்கு வகிக்கிறது எனத் தேவைக்கு மேலாக வலியுறுத்தியுள்ளனர். அவர்களே நிற வேற்றுமைகளுக்கு ஆளானவர்கள். இதன் விளைவாகச் சாதித் சிக்கலுக்குத் தலையாய காரணம் நிறமே என எளிதாகக் கற்பனை செய்துகொண்டனர். ஆனால் உண்மை இதுவல்ல. அதற்கு மாறாக "எல்லா இளவரசர்களும் ஆரிய இனத்தவர் எனப்படுபவராயினும் சரி, திராவிட இனத்தவர் எனப்படுபவராயினும் சரி அவர்கள் ஆரியர்களே. ஒரு குடும்பத்தினர் அல்லது ஒரு பிரிவினர் இன வழியில் ஆரியரா அல்லது திராவிடரா என்றொரு பிரச்சினையில் இந்திய மக்கள் கவலைப்பட்டதில்லை. தோலின் நிறத்திற்கு முக்கியத்துவம் கொடுப்பது வெகுகாலத்திற்கு முன்னரே கைவிடப்பட்டது" என்று கூறும் டாக்டர் கெட்கர் அவர்களின் வாதமே சரியானது.[6] மேலும் மேனாட்டார் சாதிக்கு விளக்கம் சொல்வதற்குப் பதில் அதை விவரிக்க முனைந்தனர்.

சாதியின் தோற்றத்திற்கு மூலகாரணத்தைக் கண்டுவிட்டவர் களைப் போல போட்டி போட்டு கொண்டு விவரித்துள்ளார். தொழில், மதம் ஆகியவற்றின் அடிப்படையில் சாதிகள் உள்ளன என்பது உண்மைதான். ஆனால் அதுவே சாதியின் தோற்றத்திற்குக் காரணம் என்று சாதிப்பது சரியான விளக்கமாகிவிடாது. தொழில் அடிப்படையில் அமைந்த குழுக்கள், சாதிகளானது ஏன் என்பதை இன்னும் கண்டறியவில்லை. இந்தக் கேள்வியை இதுவரை எவரும் எழுப்பவுமில்லை. திடீரென்று ஒரே மூச்சில் சாதி தோன்றி விட்டது போல இவர்கள் சாதிப் பிரச்சினையை வெகு எளிதானதாக நினைத்து விட்டார்கள். சாதிப் பிரச்சினை இனியும் தொடர்ந்து தாங்குவது இயலாதது. காரணம் இதனால் ஏற்படும் துன்பங்கள் ஏராளம். சாதி என்பது நம்பிக்கைச் சார்ந்திருக்கிறது என்பது உண்மைதான். ஆனால் அந்த நம்பிக்கை ஒரு நிறுவனத்தின் அடித்தளமாக அமைவதற்கு முன் அந்த நிறுவனத்தையே வலுப்படுத்திப் பாதுகாப்புள்ளதாக ஆக்க வேண்டியதாக உள்ளது. சாதிப் பிரச்சினை பற்றிய என் ஆய்வு, நான்கு முக்கிய கருத்துக்களைக் கொண்டது. அவை,

1. இந்துக்களுக்குள்ளே பல்வேறு வித்தியாசங்கள், வேறுபாடுகள்

---

6. சாதியின் வரலாறு ப.82

இருந்த போதிலும், அவர்களிடையே ஆழ்ந்த பண்பாட்டு ஒருமை உள்ளது.
2. பெரியதாக உள்ள பண்பாட்டுப் பகுதிகளின் சிறு சிறு தொகுதிகளே சாதிகள்.
3. தொடக்கத்தில் ஒரு சாதியே இருந்தது.
4. பிறரைப் பார்த்து போலச் செய்தல் மூலமும் சாதி விலக்கு செய்யப்பட்டதன் மூலமும் வர்க்கங்கள் அல்லது வகுப்புகள் சாதிகளாயின.

இயற்கைக்கு மாறான இந்தச் சாதி என்னும் நிறுவனத்தை ஒழித்துக் கட்டுவதற்கான இடையறாத முயற்சிகள் மேற்கொள்ளப் படுகின்றனமையினாலே, இன்றைய இந்தியாவில் இந்த பிரச்சினை தனித்தன்மையானதொரு ஈடுபாட்டைத் தன்பால் ஈர்த்துள்ளது. எப்படியும் சீர்திருத்தம் போன்ற முயற்சிகள், சாதியின் தோற்றம் இந்தக் கருத்து வேறுபாடுகள், சாதி என்பது எல்லாம் வல்ல ஒருவன் மனமறிந்து கட்டளை இட்டு தோன்றியதா, அல்லது சில குறிப்பிட்ட சூழ்நிலைகளுக்கு ஆட்பட்ட மனித சமுதாய வாழ்க்கையில் தானாகவே வேரூன்றிவிட்ட வளர்ச்சியா என்பதைப் பற்றியதே. பிந்தைய கருத்தைப் பின்பற்றி நிற்பவர்களின் சிந்தனைக்கு விருந்தாக இந்த ஆய்வுரையின் அணுகுமுறை அமையுமெனக் கருதுகின்றேன். சாதி என்பது நடைமுறையில் மட்டுமல்லாது எல்லா வகையிலும் எல்லோருடைய கவனத்தையும் ஈர்த்திருக்கும் ஒரு பிரச்சினை சாதி பற்றிய கோட்பாட்டு அடிப்படைகள் குறித்து எனக்குள் எழுந்த ஆர்வமே சாதி குறித்த சில முடிவுகளையும் இந்த முடிவுகளுக்குத் துணை நிற்கின்ற ஆதாரங்களையும் உங்கள் முன் வைக்கத் தூண்டியது. ஆனால் அவை முற்றிலும் சரியானவை.

முடிவானவை என்றோ, அல்லது பிரச்சினைக்கு விளக்கமளிப்பதற்கு அதிகம் சொல்லிவிட்டதாகவோ கருதவில்லை. வண்டி தவறான வழியில் விடப்பட்டுள்ளது. அதனைச் சரியான வழித் தடத்தில் செலுத்த வேண்டும் என்பதே முதலாவதாகச் செய்ய வேண்டியது. அந்த நோக்கத்திற்குப் பயன்படும் வகையில் ஆய்வுக்குச் சரியான தடமாக நான் கருதுவதைச் சுட்டிக்காட்டுவதே இந்த ஆய்வுரை- எனினும் ஒருதலை சார்பாக ஆய்வினை நடத்திச் செல்லுவதைத் தவிர்க்க வேண்டும். அறிவியல் வழியைப் பின்பற்றிச் செல்ல வேண்டிய இவ்விடத்தில் உணர்ச்சிவயப்படுதலைத் தவிர்த்து

நடுநிலையில் நின்று சீர்தூக்கிப் பார்த்தல் வேண்டும். என்னைப் பொறுத்தவரையில் என்னுடைய தத்துவங்கள் தவறு என்று தெரிந்தால் நான் அவற்றை அழித்து விடவும் ஆர்வம் காட்டத் தயங்க மாட்டேன். பன்நோக்கு விரிவாய்வாக இருந்த போதிலும் ஒரு கருத்தைப் பற்றி அறிவுப் போரில் எழுகின்ற முரண்பாடு எப்போதும் நிலைத்திருக்கக் கூடியதாகலாம். முடிவாக சாதி பற்றிய கோட்பாட்டினை உங்கள் முன்வைக்கப் பேராவல் கொண்டேன். அவை ஏற்றுக்கொள்ளத் தக்கவை அல்ல என்று எடுத்துக் காட்டினால் அவற்றைக் கைவிடத் தயங்கமாட்டேன்.

❒❒❒

சாதி ஒழிப்பு

மகாத்மா காந்திக்கு ஒரு பதில் இணைந்தது.

"உண்மையை உண்மைதான் எனத் தெரிந்துகொள், உண்மைக்குப் புறம்பானது உண்மையல்ல என்பதையும் தெரிந்து கொள்.

- புத்தர்

"பகுத்தறியாதவன் பிடிவாதக்காரன், பகுத்தறிய முடியாதவன் அறிவிலி, பகுத்தறியத் துணியாதவன் அடிமை"

- எச்.டிருமாண்ட்

1944-ல் வெளியான மூன்றாம் பதிப்பிலிருந்து அச்சிடப்பட்டது.

சாதி ஒழிப்பு

இரண்டாம் பதிப்புக்கு முன்னுரை

லாகூரில் நடக்க இருந்த ஜாத் - பட் - தோடக் மண்டலுக்காக நான் தயாரித்த இந்த உரை இந்துக்களிடையே வியக்கத்தக்க வகையில் பெரும் வரவேற்பைப் பெற்றது. அவர்களை மனத்திலிருத்தியே தயாரித்த இந்த உரை 1500 பிரதிகள் ஆங்கிலத்தில் அச்சிடப்பட்டு இரண்டே மாதங்களில் தீர்ந்துவிட்டது. தமிழிலும், குஜராத்தியிலும் இந்த உரை மொழிபெயர்க்கப்பட்டுள்ளது. மராத்தி, இந்தி, பஞ்சாபி, மலையாளம் ஆகிய மொழிகளிலும் மொழி பெயர்க்கப்பட்டு வருகின்றது. ஆங்கிலப் பதிப்பிற்கான தேவை இன்னமும் குறையாமல் உள்ளது.

எனவே இந்த இரண்டாம் பதிப்புக்கு அவசியமாயிற்று. சொற்பொழிவுக்காக இந்த உரை தயாரிக்கப்பட்டபோதிலும், வரலாற்றுப் பயன் கருதியும் உணர்ச்சி வேகத்திற்காகவும் அப்படியே வெளியிடப்படுகின்றது. இந்தப் பதிப்பில் இரு பிற்சேர்க்கைகளை இணைத்துள்ளேன். முதல் பிற்சேர்க்கையில் என் உரையை விமர்சனம் செய்யும் வகையில் திரு. காந்தி எழுதி 'ஹரிஜன்' இதழில் வெளிவந்த இரு கட்டுரைகளும், ஜாத் - பட் - தோடக் மண்டலின் உறுப்பினர் திரு. சாந்த் ராமுக்கு அவர் எழுதிய கடிதமும் தரப்பட்டுள்ளது. இரண்டாம் பிற்சேர்க்கையில் திரு. காந்தியின் மேற்படி கட்டுரைகளுக்கு என் கருத்துக்களைக் கட்டுரையாக்கி இணைத்துள்ளேன். திரு. காந்தியைப் போலவே வேறு பலரும் என் உரையில் தெரிவித்துள்ள கருத்துக்களைக் கடுமையாகக் கண்டித்து விமரிசனம் செய்துள்ளனர்.

எனினும், திரு. காந்திக்கு மட்டும் நான் பதில் அளித்துள்ளேன். இவ்வாறு நான் அவருக்குப் பதில் அளித்துள்ளதால் அவர் கூறியுள்ளவை மிக முக்கியமானவை என்று பொருளாகாது. இந்துக்கள் அவரை ஒரு தீர்க்கதரிசியாக மதிப்பதோடு அவர் வாய் திறந்தால் பிறர், தம் வாயை மூடிக்கொள்ள வேண்டும், தெருவில் போகும் நாயும் குறைக்கக் கூடாது என்ற அளவுக்கு அவருடைய சொற்கள் போற்றப்படுவதனாலேயே இதைச் செய்துள்ளேன். ஆனால் தவறிழைக்காதவர்கள் எனக் கூறிக்கொள்ளும் சமயப் பெருந்தலைவர்களையும் நேருக்கு நேராக எதிர்க்கத் துணிந்து, அவர்கள் தவறிழைக்காதவர்கள் அல்ல என்று வாதிடவல்லப் புரட்சியாளர்களாலேயே இந்த வையம் வாழ்கிறது.

இந்தப் புரட்சியாளர்களுக்கு முற்போக்குச் சமுதாயம் கொடுக்க வல்ல மதிப்பைப் பற்றி எனக்குக் கவலை இல்லை. இந்துக்கள் இந்தியாவின் நோயாளிகள்; அவர்களின் நோய் பிற இந்தியர்களின் நலத்திற்கும் மகிழ்ச்சிக்கும் தீங்கு விளைவிப்பதாக இருக்கிறது என்பதை அவர்கள் உணரும்படிச் செய்து விட்டால் அதுவே எனக்குப் போதும்.

பி.ஆர். அம்பேத்கர்

மூன்றாம் பதிப்பின் முன்னுரை

1937-ல் வெளிவந்த இந்தக் கட்டுரையின் இரண்டாம் பதிப்பு மிக விரைவாகத் தீர்ந்துபோயிற்று. அதை மீண்டும் வெளியிட வேண்டும் என்னும் தேவை மிக நீண்ட காலமாகவே இருந்து வந்தது. மே மாதம் 1917-ல் இந்தியன் ஆண்டிக்கொயரி ஆய்வு இதழில் வெளிவந்த 'இந்தியாவில் சாதிகள் - அவற்றின் அமைப்பியக்கம், தோற்றம், வளர்ச்சி' என்னும் என்னுடைய கட்டுரையோடு இணைத்து இதனை வெளியிட விரும்பினேன். எனினும் அதற்கான நேரம் இல்லாததோடு, அதைச் செய்து முடிக்கும் நிலையிலும் நான் இல்லை. எனினும் அந்த நூலை வெளியிட வேண்டுமெனப் பொதுமக்களிடமிருந்து கோரிக்கை அதிகரித்து வந்ததால் அந்த இரண்டாம் பதிப்பின் மறுபதிப்பு இப்போது வெளிவருகிறது.

என்னுடைய உரை மக்களிடையே மிகுந்த வரவேற்பு பெற்றிருப்பதைக் கண்டு மகிழ்கின்றேன். எந்த நோக்கத்திற்காக இதனை நான் எழுதினேனோ அது நிறைவேற இப்பதிப்பு உதவுமென நம்புகின்றேன்.

பி.ஆர். அம்பேத்கர்
22, பிரிதிவிராஜ் சாலை,
புது டில்லி,
1.12.1944.

அறிமுகம்

1935, டிசம்பர் *12*-அன்று ஜாத்-பட்-தோடக் மண்டலின் செயலாளர் திரு.சாந்த் ராமிடமிருந்து பின்வரும் கடிதம் பெற்றேன்.

அன்பார்ந்த டாக்டர் சாகேப்,

டிசம்பர் 5-ம் தேதிய தங்களின் கடிதத்திற்கு மிக்க நன்றி. அதனை வெளியிடுவதால் கெடுதலெதுவும் ஏற்படாது என நான் கருதியதால் தங்கள் அனுமதியைப் பெறாமலே பத்திரிகைகளில் அதை வெளியிட்டமைக்கு மன்னிக்க வேண்டுகின்றேன். தாங்கள் மாபெரும் சிந்தனையாளர். தங்கள் அளவுக்குச் சாதிச் சிக்கலை ஆய்ந்தவர் வேறு எவருமில்லை என்பது என் தாழ்மையான கருத்து.

தங்கள் கருத்துக்களால் நானும் எங்கள் மண்டலைச் சார்ந்தவர்களும் எப்போதும் பயன் பெற்றுள்ளோம். தங்கள் கருத்துக்களைப் பலமுறை 'கிரந்தி'யில் விளக்கி உரைத்துள்ளேன். பல மாநாடுகளிலும் விரிவாகப் பேசியுள்ளேன். 'எந்த மதக் கொள்கைகளை அடிப் படையாகக்கொண்டு சாதிமுறை அமைந்துள்ளதோ அதை அழித்தொழிக்காமல் சாதியை ஒழிப்பது இயலாது' என்னும் தங்களுடைய புதுக்கோட்பாட்டினை விவரமாக அறிந்துகொள்ள ஆவலாக உள்ளேன். எனவே விரைவில் இக்கருத்தை விளக்கியுரைக்க வேண்டுகின்றேன். தங்கள் கருத்துக்களை வெளியீடு மூலமும், மேடையிலும் எடுத்துரைக்க இது உதவும். தற்போது, தங்கள் கருத்து எனக்குத் தெளிவில்லாமல் உள்ளது.

எங்கள் வருடாந்திரக் கருத்தரங்கிற்குத் தாங்களே தலைவராக இருக்க வேண்டும் என எங்கள் செயற்குழு வலியுறுதிக் கேட்டு கொள்கிறது. உங்கள் வசதிக்கேற்ப எங்கள் தேதியை வைத்துக் கொள்வோம். பஞ்சாபிலுள்ள தனிப்பட்ட ஹரிஜனங்களும் உங்களை சந்திக்கவும், உங்கள் திட்டங்களைப் பற்றிப் பேசவும் பெரிதும் விரும்புகின்றனர். எனவே லாகூரில் நடக்க இருக்கும் கருத்தரங் கிற்குத் தலைமை வகிக்க நீங்கள் இசைவு தெரிவித்தால் இந்த இரண்டு பணிகளும் நிறைவேற வாய்ப்பாகும். பல்வேறு கருத்துக்களைக் கொண்ட ஹரிஜனத் தலைவர்கள் அனைவரையும் நாங்கள் அழைக்க இருக்கிறோம். அவர்களிடையே உங்கள் கருத்துக்களை எடுத்துரைக்க உங்களுக்கும் ஒரு வாய்ப்பாக இருக்கும். தங்களைப் பம்பாயில் கிறிஸ்துமஸ்சின்போது சந்தித்து எங்கள் வேண்டுகோளை ஏற்குமாறு கேட்டுக் கொள்வதற்காக எங்கள் துணைத் செயலாளர் திரு. இந்திரசிங்கை மண்டல் அனுப்பியுள்ளது.

இந்துக்களிடையே உள்ள சாதி முறையை ஒழிக்கும் நோக்கத்தை முழு மூச்சாகக்கொண்டு சாதி இந்துக்களின் சமூக சீர்திருத்த அமைப்பாக ஜாத்-பட்-தோடக் மண்டல் அமைந்துள்ளது என நான் கேள்விப்பட்டிருக்கிறேன். பொதுவாக சாதி இந்துக்கள் நடத்தும் எந்த இயக்கத்திலும் நான் பங்கு கொள்ள விரும்பிய-தில்லை. சமூக சீர்திருத்தம் பற்றிய என் மனப்போக்கு அவர்களின் மனப்போக்கிற்கு வேறுபட்டதாகும். அதனால் அவர்களோடு ஒத்துப் போவதும் எனக்கு கடினமானது. இந்தக் கருத்து வேறுபாடு காரணமாக, அவர்களின் தொடர்பு எனக்கு இசைவானதாகவே

இருந்ததில்லை. எனவே தலைமை வகிக்குமாறு மண்டலைச் சேர்ந்தவர்கள் முதல் தடவையாக அழைத்தபோது அதை நான் ஏற்க மறுத்தேன். ஆனால் தங்கள் உறுப்பினர் ஒருவரைப் பம்பாய்க்கு அனுப்பி அழைப்பை ஏற்குமாறு என்னை வற்புறுத்தியது இறுதியில் நான் தலைமையேற்க உடன்பட்டேன். மண்டலின் தலைமையகம் உள்ள லாகூரில் அதன் ஆண்டுக் கருத்தரங்கு நடப்பதாக இருந்தது. ஈஸ்டர் தினத்தன்று கூடுவதாக இருந்த கருத்தரங்கு 1936, மே மாதம் மத்திக்குத் தள்ளிவைக்கப்பட்டது. இப்போது வரவேற்புக் குழுவினர் கருத்தரங்கையே ரத்து செய்து விட்டனர். என்னுடைய தலைமையுரை அச்சாகிப் பல நாட்கள் கழித்த பின்பே, இந்த ரத்து பற்றிய அறிவிப்பு வந்தது. தலைமையுரையாகப் பேசி அது வெளியிடப்படாததால் சாதி முறையால் உருவாகியுள்ள பிரச்சினைகள் பற்றிய என் கருத்துக்களைப் பொதுமக்கள் அறிய முடியாமற் போயுள்ளது. எனவே பொதுமக்கள் அக்கருத்துக்களை அறியவும், என்னிடமுள்ள அச்சிட்ட பிரதிகளைப் பயன்படச் செய்யவும் அவற்றை விற்பனை செய்துவிடுவதென முடிவு செய்தேன். அந்தத் தலைமையுரையே உடன் தரப்பட்டுள்ளது.

என் கருத்தரங்கத் தலைமைப் பொறுப்பு ரத்தானது பற்றிப் பொதுமக்கள் அறிய ஆவல் உள்ளவர்களாக இருக்கலாம். முதலில் இந்த உரையை அச்சிடுவது குறித்துக் கருத்து வேறுபாடு எழுந்தது. அதனைப் பம்பாயில் அச்சிட வேண்டும் என்று நான் விரும்பினேன். சிக்கனம் கருதி லாகூரில் அதனை அச்சிட மண்டலைச் சேர்ந்தவர்கள் விரும்பியபோதிலும் நான் சம்மதிக்கவில்லை. பம்பாயிலேயே அச்சிட வேண்டும் என வலியுறுத்தினேன். அதற்கு உடன்படுவதற்குப் பதிலாக மண்டல உறுப்பினர்களின் கையெழுத்திட்ட ஒரு கடிதம் எனக்கு வந்தது. அதன் சுருக்கத்தைக் கீழே தந்துள்ளேன்.

27.3.1936

பெருமதிப்பிற்குரிய டாக்டர்ஜி,

இம்மாதம் 24-ஆம் தேதியிட்டு தங்கள் திரு.சாந்த் ராமுவுக்கு எழுதிய கடிதம் எங்களிடம் காட்டப்பட்டது. அதைப் படித்துப் பார்த்துச் சற்று ஏமாற்றமடைந்தோம். இங்கு எழுந்துள்ள நிலைமையை ஒரு வேளை தாங்கள் முழுமையாக அறியவில்லைபோலும். பஞ்சாபிலுள்ள இந்துக்களில் ஏறக்குறைய அனைவரும் தாங்கள்

இந்த மாகாணத்திற்கு வருவதை எதிர்க்கிறார்கள். ஜாத்-பட்-தோடக் மண்டல் வன்மையான கண்டனத்துக்குரியதாக ஆகியுள்ளது. எல்லா தரப்பிலிருந்தும் சொல்லத்தகாத வார்த்தைகளில் கண்டனங்கள் எழுந்துள்ளன-

இந்த மகா சபையின் முன்னாள் தலைவர் பாய் பரமானந்த் என்.எல்.ஏ.மகாத்மா ஹான்ஸ்ராஜ், பஞ்சாப் அரசின் உள்ளாட்சித் துறை அமைச்சர் டாக்டர் கோகல் சந்த் நரங். ராஜா நரேந்திர நாத், எம்.எல்.ஏ. உட்பட எல்லா இந்துத் தலைவர்களும் மண்டலத்தார் தங்களை அழைத்திருப்பதை எதிர்த்து விலகிக்கொண்டனர். இவற்றையெல்லாம் பொருட்படுத்தாமல் மண்டலைச் சார்ந்தோர் (முக்கியமாக திரு.சாந்த்ராம்) எத்தகைய எதிர்ப்பு வருவதாயினும் தங்களையே தலைவராகக் கொண்டு மாநாட்டை நடத்துவதென்பதில் ‘உறுதியாக’ உள்ளனர். மண்டலுக்கு அவப்பெயர் ஏற்பட்டுள்ளது.

இந்தச் சூழ்நிலையில் மண்டலத்தாரோடு ஒத்துழைப்பது தங்கள் கடமையாகும். ஒரு பக்கம் இந்துக்கள் தொல்லைகளும், தொந்தரவும் கொடுக்கின்ற நிலையில் தாங்களும் அவர்களின் தொல்லைகளை அதிகப்படுத்தினால் அது பெரிதும் வருந்ததக்க துரதிர்ஷ்டமேயாகும். எனவே இவற்றையெல்லாம் கருத்தில் கொண்டு எங்கள் அனைவருக்கும் நல்லதே செய்வீர்கள் என நம்புகிறோம்.

இந்த கடிதம் கண்டு பெரிதும் திகைப்படைந்தேன். என் பேருரையை அச்சிடுவதில் செலவு கொஞ்சம் அதிகமாவது குறித்து மண்டலைச் சேர்ந்தவர்கள் ஏன் என் விருப்பத்திற்கு மாறாக நடந்து கொள்ள வேண்டும் என்பதை என்னால் புரிந்துகொள்ள முடியவில்லை. இரண்டாவது, என்னைத் தலைவராகத் தேர்ந்தெடுத்தமைக்காக சர் கோகல் சந்த் நரங் போன்றவர்கள் விலகிக் கொண்டதை என்னால் நம்ப இயலவில்லை. ஏனெனில் சர் கோகல் சந்த் நரங் தாமே எழுதிய பின்வரும் கடிதம் எனக்கு வந்திருந்தது.

5, மாண்ட் கோமரி சாலை,
லாகூர்,
7.2.36

அன்பார்ந்த டாக்டர் அம்பேத்கர்,

ஈஸ்டர் விடுமுறை நாள்களில் லாகூரில் நடைபெற இருக்கும்

ஜாத்-பட்-தோடக் மண்டலின் ஆண்டுக் கூட்டத்திற்குத் தலைமை ஏற்கத் தாங்கள் ஒப்புதல் அளித்திருப்பதாக அறிந்து மகிழ்ந்தேன். தாங்கள் லாகூர் வரும்போது என்னுடன் தங்கியிருந்தால் நான் பெரிதும் மகிழ்வேன்.

மற்றவை நேரில்
தங்கள் உண்மையுள்ள
ஜி.ஸி.நரங்.

உண்மை எதுவாயினும், அவர்களின் இந்த நெருக்கடிக்கு நான் பணியவில்லை. என் தலைமைப் பேருரையை நான் பம்பாயில் அச்சிட வேண்டுமென்பதில் உறுதியாக உணர்ந்தபோதிலும் என் விருப்பத்திற்கு உடன் படாமல் திரு.ஹர்பகவனைப் பம்பாய்க்கு அனுப்புவதாகவும், அவர் எல்லாவற்றையும் நேரில் பேசுவார் என்றும் மண்டத்தார் எனக்கு ஒரு தந்தி அனுப்பினார்கள். ஹர்பகவன் ஏப்ரல் 9 அன்று பம்பாய் வந்தார். அவர் என்னைச் சந்தித்தபோது தகராறு பற்றி எதுவும் பேசவில்லை. என் தலைமைப் பேருரையைப் பம்பாயில் அச்சிடுவதா, லாகூரில் அச்சிடுவதா என்பது பற்றியும் அவர் கவலைப்பட்டதாகத் தெரியிவல்லை. எங்கள் உரையாடலின் போது இதுபற்றி அவர் எதுவும் பேசவுமில்லை. என்னுடைய பேருரையின் உள்ளடக்கம் என்ன என்பதை அறிவதிலேயே அவர் ஆர்வம் காட்டினார். என் உரையை அவர்கள் லாகூரில் அச்சிட விரும்பியதற்குக் காரணம் பணச் சிக்கனத்திற்காக அல்ல என்பதும் பேருரையின் பொருளை அறிந்துகொள்ளவே அவ்வாறு முயன்றிருக்கிறார்கள் என்பதையும் உணர்ந்தேன். என் உரையின் ஒரு பிரதியை அவரிடம் கொடுத்தேன். அதன் சில பகுதிகள் அவருக்கு மகிழ்ச்சி அளிக்கவில்லை. அவர் லாகூருக்குச் சென்று பின்வரும் கடிதத்தை அனுப்பினார்.

லாகூர்
14.4.1936

அன்பார்த்த டாக்டர் சாகேப்,

12-ஆம் தேதி நான் பம்பாயிலிருந்து இங்கு வந்து சேர்ந்தேன். ஐந்தாறு நாட்கள் தொடர்ந்து இரயிலில் பயணம் செய்ததால் தூக்கமின்றி இங்கு வந்தது முதல் உடல் நலமற்றிருந்தேன. நான் இங்கு வந்த பிறகு, தாங்கள் அமிர்தசரசுக்கு வந்திருந்ததை

அறிந்தேன். உடல் நலத்துடன் இருந்தால் நான் வந்து தங்களைச் சந்திந்திருப்பேன். தங்கள் தலைமையுரையை மொழி பெயர்க்குமாறு திரு. சாந்த்ராமிடம் கொடுத்துள்ளேன். அந்த உரை அவருக்கு மிகவும் பிடித்துள்ளது. எனினும் 25-ஆம் தேதிக்கு முன் அச்சிடும் வகையில் அதனை மொழிபெயர்க்க முடியுமா என்று ஐயப்படுகிறார். எவ்வாறாயினும் தங்கள் உரை பரவலாக விளம்பரம் பெறுவது நிச்சயம். அதனால் தூக்கிக் கிடக்கும் இந்துக்கள் விழிப்படைவார்கள் என்றும் நம்புகின்றேன். பம்பாயில் தங்களிடம் நேரில் நான் சுட்டிக் காட்டிய சில பகுதிகளை என் நண்பர்களுக்குக் காட்டினேன். அவர்கள் அதனை அச்ச உணர்வுடன் படித்தனர். மாநாடு குழப்பமின்றி நடந்தேற வேண்டும் என விரும்புவதால் தற்போதைக்கு 'வேதம்' என்ற சொல்லையாவது தங்கள் உரையிலிருந்து நீக்க வேண்டுமென நினைக்கிறோம். இது குறித்துத் தாங்கள் நல்லதொரு முடிவெடுக்க விட்டு விடுகிறோம். தங்கள் முடிவுரையில் தலைமைப் பேருரையில் தெரிவித்துள்ள கருத்துக்களுக்குத் தாங்களே பொறுப்பென்பதையும் மண்டலத்தாரை அவை கட்டுப்படுத்தாது என்பதையும் தெளிவாகக் கூறிவிட வேண்டுமென விரும்புகின்றேன். இவ்வாறு நான் சொல்வதில் தங்களுக்குத் தடையேதும் இருக்காது என நம்புகின்றேன். அச்சிட்ட உரையின் 1000 பிரதிகளை எங்களுக்கு அனுப்புக. அதன் விலையை நாங்கள் தந்து விடுகிறோம். இது தொடர்பாக இன்று தந்தி அனுப்புகின்றேன் இத்துடன்,

ரூ.800-க்கான காசோலை இணைத்துள்ளேன். பெற்றுக் கொண்டு முறைப்படி 'பில்' அனுப்பி உதவவும்.

வரவேற்புக்குழுவின் கூட்டத்தைக் கூட்டியுள்ளேன். குழுவின் முடிவை உடனடியாக தங்களுக்குத் தெரிவிப்பேன். தாங்கள் என்மீது கொண்டுள்ள அன்புக்கும், உங்கள் தலைமையுரையைத் தயாரிப்பதற்குத் தாங்கள் எடுத்துக் கொண்ட சிரமங்களுக்கும் என் உளங்கனிந்த நன்றியை ஏற்க வேண்டுகின்றேன். உண்மையிலேயே தங்களுக்கு நாங்கள் பெரிதம் நன்றிக் கடன் பட்டுள்ளோம்.

தங்கள் உண்மையுள்ள
ஹர்பகவான்.

குறிப்பு: அச்சிட்டதும் உரைப்பிரதிகளை ரயில் மூலம் அனுப்புக. அவற்றை வெளியிடுவதற்காகப் பத்திரிகைகளுக்கு அனுப்ப வேண்டும்.

இந்தக் கடிதத்தின் படி என் கையெழுத்துப் பிரதியை அச்சகத்தாரிடம் கொடுத்து 1000 பிரதிகள் அச்சிடச் சொன்னேன். எட்டுநாள் கழித்து ஹர்பகவனிடமிருந்து மற்றுமொரு கடிதம் வந்தது.

அன்பார்ந்த டாக்டர் அம்பேத்கர்,

தங்கள் தந்தியும், கடிதமும் கிடைக்கப் பெற்றோம். அதற்காக எங்கள் நன்றி. உங்கள் விருப்பப்படிக் கருத்தரங்கை மீண்டும் ஒத்தி வைத்துள்ளோம். பஞ்சாபில் நாளுக்கு நாள் வெப்பம் அதிகரித்து வருவதால் 25, 26 தேதிகளில் மாநாட்டை நடத்திவிடுவது நல்லது எனக் கருதுகிறோம். மே மாதம் மத்தியில் வெயில் கடுமையாக இருக்கும். பகல் பொழுதில் கூட்டம் நடத்துவது வசதியாக இராது. எனினும் மே மாதம் மத்தியில் மாநாட்டை நடத்தினாலும் கூடியவரை இனிதே நடைபெற இயன்றவரை முயற்சிகள் செய்வோம். இருப்பினும் தங்கள் அன்பான கவனத்திற்கு ஒரு விஷயத்தைக் கொண்டு வர நேர்ந்துள்ளது. மதமாற்றம் பற்றிய தங்கள் அறிவிப்பு குறித்து எங்களில் சிலர் கொண்டுள்ள ஐயப்பாடு பற்றி உங்களிடம் நான் தெரிவித்தபோது அது மண்டலுக்கு அப்பாற்பட்ட விஷயமென்றும் எங்கள் மேடையிலிருந்து இது பற்றி எதுவும் பேசப் போவதில்லை என்றும் என்னிடம் கூறினீர்கள். மேலும் தங்கள் உரையின் இறுதிப் பகுதி பெற்றுப் பார்த்தபோது அது மிக நீண்டு இருப்பது கண்டு அதிர்ச்சி அடைந்தோம். அவ்வளவையும் ஒரு சிலரே படிக்க முடியும் என்பதே எங்கள் அச்சத்திற்குக் காரணம். அதோடு இந்து மதத்திலிருந்து வெளியேறத் தங்கள் முடிவு செய்து விட்டதாகவும், ஒரு இந்துவாக இருந்து ஆற்றும் கடைசி உரையாக இது இருக்கும் என்றும் அதில் பல இடங்களில் குறிப்பிட்டுள்ளீர்கள்.

வேதங்கள் முதலிய இந்து நூல்களில் அறத்தன்மையையும் அறிவார்ந்த தன்மைகளையும் தேவையின்றிக் கண்டித்துள்ளீர்கள். இந்து மதத்தில் நுணுக்கங்களை விரிவாக ஆராய்ந்துள்ளீர்கள். அவற்றிற்கும் எடுத்துக்கொண்டுள்ள பிரச்சினைகளுக்கும் தொடர்பேதும் இல்லை. சில பகுதிகள் தலைப்புக்கு முற்றிலும் பொருத்தமோ தொடர்போ இல்லாததாக உள்ளன. என்னிடம் தாங்கள் தந்த பகுதியோடு தங்கள் உரை முடிந்திருக்குமானால் நாங்கள் மகிழ்ச்சி அடைந்திருப்போம். அல்லது தேவையானால் பார்ப்பனியம்

முதலியவற்றைப் பற்றி தாங்கள் எழுதி இருந்த பகுதிவரை சேர்த்துக் கொண்டிருக்கலாம். இந்து மதத்தை முற்றுமாக ஒழிப்பது பற்றிக் கூறுவதும், இந்து நூல்களின் அறத்தன்மையைப் பற்றி ஐயுறுவதும் இந்து மதத்தை விட்டு நீங்கப்போவதான தங்கள் எண்ணத்தை வெளிப்படுத்துவதுமான கடைசிப் பகுதி பொருத்தமானதாக எனக்குப் படவில்லை.

எனவே, மேலே குறிப்பிட்ட பகுதிகளை நீக்கிவிடுமாறும் என்னிடம் முதலில் தந்த அளவிலோ பார்ப்பனீயம் பற்றிச் சில பத்திகள் சேர்த்தோ தங்கள் உரையை முடித்துவிடுமாறும் மநாட்டுப் பொறுப்பாளர்கள் சார்பாக மிகத் தாழ்மையுடன் வேண்டிக் கொள்கின்றேன். தேவையில்லாத வகையில் தூண்டிவிடும்விதமாக தங்கள் உரையை அமைப்பது அறிவுடைமையாகப்படவில்லை. தங்கள் உணர்வுகளை நாங்கள் பகிர்ந்து கொள்கிறோம். இந்து மதத்தைத் திருத்தியமைப்பதற்குத் தங்கள் கொடியின் கீழ் அணிதிரண்டு உழைக்கவும் தயாராக இருக்கிறோம். உங்கள் கொள்கைக்கு ஆள் சேர்க்க தாங்கள் முடிவெடுத்தால் பஞ்சாபிலிருந்து சீர்திருத்தவாதிகளின் பெரும்படையே தங்களிடம் வந்து சேரும் என உறுதி கூறகின்றேன்.

சாதி முறையைப் பற்றி தாங்கள் விரிவாக ஆய்ந்திருப்பதால் அதன் தீமைகளை ஒழிப்பதில் எங்களுக்கு வழிகாட்டியாக இருந்து ஒரு புரட்சியை நிகழ்த்துவதற்கு எங்கள் கைகளை பலப்படுத்துவீர்கள் என எண்ணியிருந்தோம். ஆனால் தாங்கள் அறிவிப்பு மீண்டும் மீண்டும் எடுத்துரைப்பதால் பலமிழந்து சலிப்பேற்படுத்தியுள்ளது. இந்துக்கள் தம் சொந்தபந்தத்தையும், மதக்கருத்துக்களையும் உதறித் தள்ள நேர்ந்தபோதிலும் சாதி முறையை ஒழிப்பதற்கு நேர்மையுடன் ஈடுபடுவார்களானால் அந்தப் பணியில் முன்னணி பங்கேற்க மகிழ்ச்சியடைவேன் என்று தங்கள் உரையை முடிக்குமாறு வேண்டுகின்றேன். அவ்வாறு செய்வீர்களானால் தங்கள் முயற்சிக்கு ஆதரவளித்து ஒத்துழைக்கப் பஞ்சாபிலிருந்து உடனடியாக ஆதரவு கிடைக்கும் என உறுதியாகக் கூறுகின்றேன்.

ஏற்கெனவே நிறைய பொருட் செலவாகியுள்ளது. இதனை எப்படி முடிப்போம் எனவும் கவலை அதிகமாகியுள்ளதால் மேலே கூறியுள்ளவாறு தங்கள் உரையைச் சுருக்கிக்கொண்டதாக மறு தபாலில் தெரிவித்துதவினால் நன்றி உள்ளவனாவேன். தங்கள்

உரையை முழுமையாகவே பதிப்பிக்க வேண்டும் என்று வற்புறுத்துவீர்களானால் அது எங்களால் முடியாது என மிக்க வருத்தத்துடன் கூறுகிறோம். மாநாட்டை மீண்டும் மீண்டும் தள்ளி வைத்துக்கொண்டே போவதால் மக்கள் மத்தியில் எங்களின் நல்லெண்ணத்தை இழந்துவிடுவோமென்றாலும் காலவரையின்றி மாநாடு நடத்துவதை ஒத்திப்போடுவதே எங்களுக்கு நல்லதாகும். இருந்தபோதிலும், சாதி முறையைப் பற்றி தாங்கள் எழுதியுள்ள உரை மிக அருமையானது. இதுவரை இப்பொருள் பற்றி எழுதப் பட்டுள்ளவற்றில் இதுவே மதிப்புமிக்கது. அதை எழுதியதன் வாயிலாக எங்கள் மனதில் தாங்கள் நீங்கா இடம் பெற்றுவிட்டீர்கள் என்பதையும் நாங்கள் குறிப்பிட விரும்புகின்றோம். அதைத் தயாரிப்பதற்குத் தாங்கள் எடுத்துக்கொண்ட சிரமங்களுக்கு என்றும் நன்றிக் கடன்பட்டு உடையோம்.

தங்கள் அன்புக்கு மிக்க நன்றி
நல்வாழ்த்துக்களுடன்
தங்கள் உண்மையுள்ள
ஹர்பகவன்

இந்தக் கடிதத்திற்கு நான் பின்வருமாறு பதிலளித்தேன்.

அன்புள்ள திரு. ஹர்பகவன்,

உங்கள் 22-ஆம் தேதிய கடிதம் வரப்பெற்றேன். என் உரையை முழுதாக அச்சிட வேண்டுமென நான் வலியுறுத்தினால் மாநாட்டைக் காலவரையின்றி ஒத்திப் போடும் முடிவுக்கு ஜாத்-பட்-தோடக் மண்டல் வரவேற்புக் குழுவினர் வர நேரும் எனக் குறித்திருப்பதை அறிந்து வருந்துகின்றேன். சூழ்நிலைக்கு ஏற்றவாறு என் உரையைச் சுருக்கிக் கொள்ள வேண்டுமென மண்டல் வற்புறுத்தினால் மாநாட்டை நிறுத்தி விடுவதையே நான் விரும்புகிறேன். இதில் மழுப்பலாகச் சொல்ல நான் விரும்பவில்லை என்பதே என் பதிலாகும். மாநாட்டுத் தலைமையுரையைத் தயாரிப்பதற்குத் தலைவராகத் தெரிந்தெடுக்கப் பட்டவருக்குள்ள உரிமையைத் தலைமைப் பதவியை அளித்த கௌரவித்ததற்காக நான் விட்டுக் கொடுக்க முடியாது. இந்தப் பிரச்சினை கொள்கை பற்றியது. எனவே இதில் எவ்வித சமரசத்திற்கு இடமில்லை.

வரவேற்புக் குழுவினரின் முடிவு சரியா, இல்லையா என்ற வாதத்தில் நான் ஈடுபடப் போவதில்லை. எனினும் என்மேல் பழி போடுவதாக அமைந்துள்ள சில காரணங்களை நீங்கள் குறிப்பிட்டிருப்பதால் அவற்றிற்கு நான் பதில் கூறியே ஆக வேண்டும். முதலாவதாக வரவேற்புக் குழுவினர் ஆட்சேபித்திருக்கும் என் உரையின் பகுதிகள் மண்டலத்தாருக்குப் புதியவை என்பதை நான் மறுக்கின்றேன். திரு.சாந்த் ராமுக்கு நான் எழுதிய கடிதத்தில் சாதி முறையை ஒழிப்பதற்குக் கலப்பு மணங்களும், சமபந்தி விருந்துகளும் மட்டும் நடத்தினால் போதாது என்றும், சாதிப் பாகுபாட்டிற்கு ஆதாரமாக உள்ள மதக்கொள்கைகளை ஒழிக்க வேண்டுமென்றும் குறிப்பிட்டிருந்தேன். இதை அவர் ஒப்புக் கொள்வார் என நம்புகின்றேன். திரு.சாந்த் ராம் எனக்கு எழுதிய பதிலில் என் கருத்துக்கள் புதுமையாக இருக்கின்றதென்றும் அவற்றை விளக்க வேண்டுமென்றும் கேட்டிருந்தார். என் கடிதத்தில் ஒரு வரியில் குறிப்பிட்டிருந்த என் கருத்தை என் தலைமையுரையில் விரிவாக விளக்கிக் கூற எண்ணிருந்தேன். எனவே என் கருத்துக்கள் புதியவை என்று நீங்கள் கூற முடியாது. அதிலும் மண்டலின் உயிராகவும் ஒளிவிளக்காகவும் விளங்கும் திரு.சாந்த் ராமுவுக்கு அவை புதியவையாக இருக்கவே முடியாது. நான் என் உரையில் அந்தப் பகுதியை எழுதியது என்னுடைய சொந்த விருப்பத்திற்காக மட்டுமல்ல. என் வாதத்தை நிறைவு செய்வதற்கு அந்தப் பகுதி இன்றியமையாததாக இருப்பதாலேயே அவ்வாறு செய்தேன்.

அந்தப் பகுதி சந்தர்ப்பத்திற்கு ஏற்றதல்ல தொடர்பற்றது என்று குழுவினர் கருதுவதை அறிந்து வியந்தேன். நான் ஒரு வழக்கறிஞன் என்பதை அறிவீர்கள். உங்கள் குழுவிலுள்ள உறுப்பினர்களுக்குத் தெரிந்த அளவுக்குச் சந்தர்ப்பத்திற்குப் பொருந்தமானவை எவை, அல்லாதவை எவை என்பதை அறிவேன். நீங்கள் மறுப்புத் தெரிவித்திருக்கும் பகுதிகள் சந்தர்ப்பத்திற்கு பொருத்தமானவை மட்டுமல்ல முக்கியமானவை என உறுதியாகக் கூறுவேன். அந்தப் பகுதியில்தான் சாதி முறையை ஒழிப்பதற்கான வழிவகைகளை விளக்கியுள்ளேன். சாதி முறையை ஒழிப்பதற்கு நான் கூறும் முடிவுகள் திகைப்பூட்டுவனவாகவும் மனத்தைப் புண்படுத்தக் கூடியவையாகவும் இருக்கலாம். என் முடிவு தவறானது என்று சொல்லவும் உங்களுக்கு உரிமையுண்டு. ஆனால் சாதிப்

பிரச்சினையைப் பற்றிய உரையில் சாதியை ஒழிப்பது எப்படி என்று விளக்கமாகக் கூறக் கூடாதென்று நீங்கள் சொல்ல முடியாது.

இன்னொரு குறை, உரை நீளமானது என்பது பற்றியது. இந்தக் குறைக்கு என் உரையிலேயே ஒப்பு கொண்டுள்ளேன். ஆனால் உண்மையில் இதற்கு யார் பொறுப்பாளி. உங்களுக்கு ஆரம்பத்தில் நடந்தவை தெரியாதுபோலும். உண்மையில் முதலில் நான் வசதிப்படி ஒரு சுருக்கமான உரையை எழுதவே திட்டமிட்டிருந்தேன். விரிவாக எழுதுவதற்கான காலமோ, தெம்போ எனக்கிருக்கவில்லை. மண்டலைச் சேர்ந்தவர்கள் சாதி முறையைப் பற்றிய சில வினாக்களையனுப்பி அவற்றிற்கு என் உரையில் விரிவாக விடையளிக்க வேண்டுமென்றும், மண்டலின் எதிரிகள் அந்தக் கேள்விகளைத்தான் அடிக்கடி கேட்டதாகவும் அவற்றிற்கு நிறைவான விடையளிக்க மண்டலத்தாருக்கு முடியவில்லையென்றும், தெரிவித்தார்கள். மண்டலத்தாரின் இந்த விருப்பதை நிறைவு செய்யும் பொருட்டே என் உரையை இவ்வளவு நீளமாக எழுத நேர்ந்தது. எனவே இதனால் என் உரை நீளமானதற்கு நான் காரணமல்ல என்பதை ஒப்புக்கொள்வீர்கள் என நம்புகிறேன்.

இந்துமதம் ஒழிய வேண்டுமென்று நான் பேசுவதனால் மண்டல் இவ்வளவு தூரம் நொந்துவிடும் என எதிர்பார்க்கவில்லை. வார்த்தைகளுக்குப் பயப்படுவோர் மூடர்கள் என்பது என் எண்ணம். எனினும் மக்கள் மனத்தில் தப்பெண்ணம் உண்டாகாதிருக்கும் பொருட்டு மதம் என்பதற்கும், மத ஒழிப்பு என்பதற்கும் என்ன பொருள் கொள்கின்றேன் என்பதை விளக்கவே நான் முயன்றிருக்கிறேன். என் உரையைப் படிக்கும் எவரும் என் கருத்தைத் தவறாகப் புரிந்து கொள்ளமாட்டார்கள் என்பது உறுதி. போதிய அளவுக்கு விளக்கம் கூறிய பின்பும் 'மத ஒழிப்பு முதலியன' போன்ற வெறும் சொற்களைக் கண்டு மிரட்சி ஏற்படுகிறது என்பதைப் பார்க்கும் போது உங்கள் மண்டலத்தார் பற்றிய மதிப்பே குறைந்து போகிறது. சீர்திருத்தக்காரர்கள் எனக் கூறிக்கொண்டு அதனால் ஏற்படக்கூடிய விளைவுகளை ஏற்ப மறுப்பவர்களையும் செயலில் அவற்றைப் பின்பற்ற தயங்குகிறவர்களையும் எவரும் மதிக்கமாட்டார்கள்.

நான் பேச வேண்டிய உரையைத் தயாரிப்பதில் எவருடைய எத்தகைய கட்டுப்பாடுகளையும் நான் ஒப்புக்கொள்ளாதவன் என்பதையும் அந்த உரையில் இன்னின்னவை அடங்கி இருக்க வேண்டும். இன்னின்னனை அடங்கியிருக்க கூடாதென்பது பற்றி எனக்கும் மண்டலத்தாருக்கம் இடையே பேச்சுவார்த்தைகள் நடந்ததில்லை என்பதையும் ஒத்துக் கொள்வீர்கள். என் உரையில் கருத்துக்களைத் தங்கு தடையோ, கட்டுப்பாடுகளோ இல்லாமல் எடுத்துரைக்க எனக்கு முழு உரிமை உண்டு எனக் கொண்டேன். ஏப்ரல் 9-ஆம் தேதி அன்று நீங்கள் பம்பாய் வரும்வரை என் உரையில் என்ன அடங்கியிருக்கும் என்பதை மண்டலத்தார் அறியவுமில்லை. ஒடுக்கப்பட்ட வகுப்பு மக்கள் மதமாற்றம் செய்ய வேண்டும் என்ற என் கருத்தை வெளியிட உங்கள் மேடையை நான் பயன்படுத்தமாட்டேன் என்று நானாகவே நீங்கள் பம்பாயிலிருந்தபோது உறுதியளித்தேன். உரையைத் தயாரிப்பதில் இந்த வாக்குறுதியை நான் காப்பாற்றி வந்திருக்கிறேன். என் பேச்சுப் போக்கில் மறைமுகமாக ‘நான் இங்கு இருக்க மாட்டேன் என்பதற்கு வருந்துகின்றேன்’ என்று தொட்டுக்காட்டிச் சென்றிருப்பதைத் தவிர மதமாற்றம் பற்றி வேறு எதுவும் நான் கூறவில்லை. இவ்வளவு மேலோட்டமாகவும் மறைமுகமாகவும் குறிப்பிட்டிருப்பதை நீங்கள் எதிர்ப்பதைப் பார்க்கும்போது நான் பின்வரும் கேள்வியைக் கேட்டே ஆக வேண்டும் எனத் தோன்றுகின்றது.

உங்கள் மாநாட்டிற்குத் தலைமை வகிக்க நான் உடன் பட்டதற்காக ஒடுக்கப்பட்ட வகுப்பினர் தம் நம்பிக்கை மாற்றம் குறித்த கருத்துக்களை நான் நிறுத்திவைக்கவோ, கைவிடவோ வேண்டு மென்று நினைத்தீர்களா? அவ்வாறு நினைத்திருந்தால் அது உங்கள் தவறு என்னைத் தலைவராக தெரிந்தெடுத்த கௌரவத்திற்காக மதமாற்றத் திட்டத்தில் எனக்குள்ள நம்பிக்கையை நான் கைவிட வேண்டும் என்று உங்களில் எவராவது ஒருவர் குறிப்பாகச் சொல்லியிருந்தால் கூட எனக்கு நீங்கள் அளிக்கும் கௌரவத்தை விட என் கொள்கையே எனக்கு முக்கியம் என வெளிப்படையாக நேராகவே நான் சொல்லி இருப்பேன்.

உங்களுடைய 14-ந் தேதி கடிதத்திற்குப் பின் இப்போது கிடைத்துள்ள கடிதத்தைப் பார்த்து நான் மட்டுமல்ல அதைப் பார்க்க நேரும் எவருமே வியப்படைவார்கள் என்பது நிச்சயம். வரவேற்புக்

குழுவினர் இவ்வாறு மாறுவதற்குரிய காரணம் எனக்குப் புலப்பட வில்லை. உங்கள் 14-ஆம் தேதிய கடிதத்தின்போது குழுவிடம் இருந்த என் உரையின் நகலுக்கும் இப்போது கொடுத்துள்ள இறுதி உரையின் நகலுக்கும் சாரத்தில் எந்த வேறுபாடும் இல்லை. பழைய வரையில் இல்லாத எந்த ஒரு புதிய கருத்தையும் இறுதி வரையில் சேர்த்துள்ளதாக நீங்கள் சுட்டிக் காட்ட முடியாது. ஒரே வேறுபாடு இறுதி வரைவில் சிலகருத்துக்களை விளக்கிக் கூறியிருக்கின்றேன்.

வேறுபாடு இவ்வளவே இவற்றிற்கு ஏதாவது மறுப்பு இருந்திருந்தால் 14- தேதியே நீங்கள் சொல்லி இருக்க முடியும். ஆனால் அவ்வாறு செய்யவில்லை. அதற்கு மாறாக என் உரையில் நீங்கள் தெரிவித்த சில சொல் மாற்றங்களை ஏற்பதோ, மறுப்பதோ என் உரிமை எனக் சொல்லியதோடு 1000 பிரதிகளை அச்சிடவும் கூறினீர்கள். அவ்வாறு அச்சிட்ட 1000 பிரதிகளும் என்னிடம் உள்ளன. எட்டுநாள் கடந்த பின்பு என் உரைக்கு ஆட்சேபனைகளைத் தெரிவித்து அவற்றிற்கேற்றவாறு திருத்தம் செய்யாவிட்டால் மாநாட்டையே நிறுத்தி விடுவதாக எழுதியிருக்கிறீர்கள். என் உரையில் எத்தகைய மாற்றமும் செய்ய முடியாது என்பதை நீங்கள் அறிந்திருக்கிறீர்கள்.

என் உரையில் ஒரு கால்புள்ளியைக் கூட நான் மாற்ற மாட்டேனென்றும் என் உரையை எவரும் தணிக்கை செய்வதை அனுமதிக்க மாட்டேனென்றும் நான் முடித்துத் தரும் வடிவத்திலேயே என் உரையை நீங்கள் ஏற்றுக்கொள்ள வேண்டுமென்றும் நீங்கள் பம்பாய் வந்திருந்தபோது நேரில் நான் சொல்லி இருக்கின்றேன். என் உரையிலுள்ள கருத்துக்களுக்கு நானே முழுப் பொறுப்-பேற்கின்றேன் எனவும் அதை மாநாட்டார் ஆதரிக்காமல் கண்டனத் தீர்மானம் நிறைவேற்றினாலும் கவலைப்படமாட்டேன் என்றும் சொன்னேன். என் கருத்துக்களால் மண்டலைச் சேர்ந்தோர் பொறுப்பெடுத்துக்கொண்டு சிரமப்படக்கூடாது என்பதற்காகவும் மாநாட்டில் நான் நெருங்கிய தொடர்பு வைத்துக் கொள்ளக்கூடாது என்பதிலும் கவனமாக இருந்திருக்கின்றேன். இதன் பொருட்டு என் உரையை மாநாட்டுத் தலைமைக்கும் தீர்மானங்களை நிறைவேற்றவும் வேறொருவரை வைத்துக் கொள்ளவும் யோசனை சொன்னேன். எனவே 14-ஆம் தேதியே இதுபற்றி முடிவெடுக்க வேறொவரையும் விட உங்கள் குழுவிற்கு வாய்ப்பு இருந்தது. இதைச் செய்ய குழு தவறிவிட்டது.

இதற்கிடையில் அச்சுச் செலவையும் வைத்து விட்டீர்கள். உங்கள் குழுவினர் சிறிது மன உறுதியைக் கடைப் பிடித்திருந்தால் இதைத் தவிர்த்திருக்கலாம்.

உங்கள் குழுவின் முடிவுக்கும் என் உரையின் கருத்துக்களுக்கும் எவ்வித தொடர்பும் இல்லையென்பேன். அமிர்தசரசில் நடைபெற்ற சீக்கியப் பிரச்சார மாநாட்டிற்கு நான் சென்று கலந்து கொண்டதற்கும் உங்கள் குழு எடுத்த முடிவுக்கும் வேண்டுமானால் தொடர்புண்டு என நம்பக் காரணங்கள் உள்ளன. ஏப்ரல் 14-ஆம் தேதிக்கும் 22-ஆம் தேதிக்குமிடையில் குழுவினர் இவ்வாறு தடுமாறியதற்கு வேறு எதுவும் திருப்திகரமான காரணமாக இருக்க முடியாது. எனினும் இந்த விவாதத்தை மேலும் நீட்ட நான் விரும்பவில்லை. நான் தலைமை வகிக்க இருந்த மாநாடு ரத்து செய்யப்பட்டது என உடனடியாக அறிவித்துவிடும்படிக் கேட்டுக் கொள்கிறேன். மரியாதை முறைகள் அனைத்தும் இத்துடன் முடிவு பெற்றன. இனி என் உரையை முழுமையாக ஏற்றுக் கொள்வதாகக் குழுவினர் உடன்பட்டாலும் கூட மாநாட்டிற்குத் தலைமை வகிக்க நான் உடன்பட மாட்டேன். உரையைத் தயாரிக்க நான் மேற்கொண்ட சிரமங்களைப் பாராட்டியமைக்கு என் நன்றி. என் உழைப்பால் பிறருக்கு நலமேற்படாவிடினும் நான் பயனடைந்துள்ளேன். எனக்குள்ள ஒரே வருத்தம், உடல் நலமில்லாத நேரத்தில் இந்த வேலைக்காக இவ்வளவு வருத்திக்கொள்ள நேர்ந்ததே என்பதுதான்.

உங்கள் உண்மையுள்ள
பி.ஆர். அம்பேத்கர்.

எனக்களித்த தலைமைப் பொறுப்பை மண்டலத்தார் மறுக்க நேர்ந்த காரணங்களை இக்கடிதங்கள் வெளிப்படுத்தும். குற்றம் யாருடையது என்பதை வாசகர்களே முடிவு செய்து கொள்ளலாம். ஒருவரது தலைமையுரையை வரவேற்புக் குழுவினர் ஒப்புக் கொள்ளாததால் தலைவரையே ரத்து செய்தது இதுவே முதல் தடவையாக இருக்குமெனக் கருதுகின்றேன். இது சரியோ, தவறோ ஒரு சாதி இந்துக்களின் மாநாட்டுக்குக் தலைமை வகிக்க நான் அழைக்கப்பட்டது இதுவே முதல் தடவை. இது துக்கத்தில் முடிந்தது பற்றி வருந்துகின்றேன். தம் வைதீக சகாக்களிடமிருந்து தம்மைத் துண்டித்துக்கொள்ள விரும்பாத சாதி இந்துக்களின் சீர்திருத்தப் பிரிவினருக்கும், சீர்த்திருத்தம் நடைபெற்றே ஆக வேண்டும்

என்பதை வலியுறுத்தும் தீண்டாதோரின் தன்மானமுள்ள பிரிவினருக்கும் இடையிலான இத்தகைய அவலமான உறவு வேறு எப்படி முடியும்?

பி.ஆர் அம்பேத்கர்.

ராஜகிரகா,
தாதர், பம்பாய் - 14,
15.5.1936

லாகூரின் ஜாத்-பட்-தோடக் மண்டல அமைப்பின்

1936-ம் ஆண்டு வருடாந்திர மாநாட்டிற்காக

டாக்டர் பி.ஆர்.அம்பேத்கர்

தயாரித்த உரை. ஆனால் நிகழ்த்தப்படவில்லை

இந்த உரையில் தெரிவிக்கப்பட்டுள்ள கருத்துக்கள் மாநாட்டில் ஏற்றுக்கொள்ளக் கூடியவை அல்ல என்று மாநாட்டில் வரவேற்புக் குழுவினர் கருதியதால் மாநாடு ரத்து செய்யப்பட்டது.

நண்பர்களே,

இந்த மாநாட்டிற்குத் தலைமை வகிக்குமாறு பேரன்புடன் என்னை வேண்டிக்கொண்ட ஜாத்-பட்-தோடக் மண்டல் உறுப்பினர்களின் நிலைக்காகப் பெரிதும் வருந்துகின்றேன். என்னைத் தலைவராகத் தேர்ந்தெடுத்தமைக்காகப் பல்வேறு கேள்விகளுக்கு விடையளிக்க வேண்டிய நிலைக்கு அவர்கள் ஆளாகியுள்ளனர். லாகூரில் நடைபெறும் ஒரு நிகழ்ச்சிக்குத் தலைமை வகிக்க பம்பாயிலிருந்து ஒருவரை இறக்குமதி செய்ய நேர்ந்ததேன் என்று இவர்கள் கேட்கப்படலாம். இந்த மாநாட்டிற்குத் தலைமையேற்க என்னை விடத் தகுதி வாய்ந்த வேறு எவரையேனும் இவர்கள் எளிதாகத் தெரிந்தெடுத்திருக்க முடியும் என நான் கருதுகிறேன்.

நான் இந்துக்களை விமர்சித்து இருக்கின்றேன். அவர்கள் போற்றிடும் மகாத்மாவுக்கு இந்துக்கள் பெயரால் பேசுவதற்கு என்ன அதிகார உரிமை உள்ளது எனக் கேட்டிருக்கின்றேன். அவர்கள் என்னை வெறுக்கின்றனர். அவர்களுடைய தோட்டத்தில் என்னையொரு நச்சுப் பாம்பாகவே அவர்கள் பார்க்கின்றனர். எனவே இந்த மாநாட்டிற்குத் தலைமை வகிக்கும் கௌரவத்தை எனக்கு

அளித்தது ஏன் என அரசியல்வாதிகளான இந்த கேட்கவல்ல கேள்விக்கு இந்த மண்டலைச் சேர்ந்தவர்கள் பதிலளிக்க நேர்ந்துள்ளது.

என்னைத் தலைவராகத் தேர்ந்தெடுத்தது மிகத் துணிச்சலான செயலே. இச்செயல் தங்களை இழிவு படுத்தியதென அரசியல் வாதிகளான இந்துக்கள் சிலர் எண்ணினாலும் வியப்பில்லை. மனிதாபிமானமுள்ள சாதாரண இந்துக்களுக்கும் கூட என்னைத் தேர்வு செய்தது பிடிக்கவே செய்யாது. ஒரு தலைவரைத் தேர்ந்தெடுப்பதற்குச் சாஸ்திரங்கள் விதித்துள் விதிமுறைகளை மீறியதேன் என் இம்மண்டலைச் சேர்ந்தவர்கள் விளக்கமளிக்க நேரலாம். சாஸ்திரங்களின்படி ஏனைய மூன்று வருணத்தவர்க்கும் பிராமணனே தலைமைப் பொறுப்பேற்கத்தக்கவன் 'வர்ணாணாம் ப்ராஹமணோ குரு என்பதே சாஸ்திர விதி எனவே, இந்துக்கள் எவரிடமிருந்து உபதேசம் பெறலாம். எவரிடமிருந்து உபதேசம் பெறக் கூடாது என்பதனை மண்டலைச் சார்ந்தோர் அறிந்திருக்கின்றனர். அனைத்தையும் அறிந்துள்ள அறிவாளன் என்பதற்காகவே எவரை வேண்டுமானாலும் ஓர் இந்து தன் குருவாக ஏற்றுக்கொள்வதைச் சாஸ்திரங்கள் அனுமதிப்பதில்லை.

இதனை இந்து இராஜ்யத்தை நிறுவுவதற்குச் சிவாஜிக்குத் தூண்டுகோலாக இருந்த மகாராஷ்டிரப் பிராமணரான துறவி இராமதாசர் நன்கு தெளிவுபடுத்தியிருக்கின்றார். மராட்டிய மொழியில் சமூக - அரசியல் - சமயம் பற்றித் தாம் எழுதியுள்ள 'தசபோதம்' என்னும் நூலில் இராமதாசர், அந்திய ஜன் (Arit yaja) பண்டிதனாக இருந்தால் அவனைக் குருவாக ஏற்றுக் கொள்ளலாமோ என வினாவை எழுப்பி அவ்வாறு ஏற்றுக்கொள்ளக் கூடாது என்றே விடையளித்துள்ளார். இத்தகைய வினாக்களுக்கு எவ்வித விடையளிப்பது என்பதை மண்டலத்தாருக்கே நான் விட்டு விடுகின்றேன். தலைவர் ஒருவரைத் தேர்ந்தெடுப்பதற்கும் பம்பாய் வரை வந்ததற்கும் அந்தியஜனை - ஒரு தீண்டாதானை வர்ணர்களின் கூட்டத்தில் பேசுவதற்கு இந்துக்கள் வெறுக்கும் ஒருவரைத் தேர்ந்தெடுக்குமளவுக்குத் தம் தரத்தில் தாழ்ந்து போனமைக்கும் தக்க காரணங்களை மண்டலத்தாரே நன்கு அறிந்திருக்கக் கூடும். என்னைப் பொறுத்தவரை உங்கள் அழைப்பை என் சொந்த விருப்பத்தை மீறியும் என்னை சார்ந்தவர்களான பிற தீண்டாதாரின்

விருப்பத்திற்கு மாறாகவுமே ஏற்றுக் கொண்டுள்ளேன் என்பதைத் தெளிவாகக் குறிப்பிட விரும்புகின்றேன்.

இந்துக்கள் என்னை வெறுக்கிறார்கள் எனப்தை நான் அறிவேன். நான் அவர்களின் பிரியமான மனிதனாகவுமில்லை என்பதையும் அறிவேன். இவற்றையெல்லாம் அறிந்தேதான் அவர்களிடமிருந்து நான் விலகி இருக்கின்றேன். வலியச் சென்று அவர்கள் விஷயத்தில் தலையிட நான் விரும்பியதில்லை. எனவேதான் எங்கள் மாநாட்டு மேடைகளிலேயே என் கருத்துக்களை வெளிப்படுத்தி வந்திருக்கின்றேன். இந்தச் செயலே அவர்களுக்கு மிகுந்த ஆத்திரத்தையும், எரிச்சலையும் ஊட்டியுள்ளது. இதுவரை இந்துக்களின் காது கேட்கும் தொலைவிலேயே நான் செய்து வந்துள்ளதை அவர்களின் மேடையேறி நேருக்கு நேராகச் செய்ய வேண்டமென்னும் விருப்பமும் எனக்கில்லை. இங்கே நான் வந்திருப்பது நீங்கள் என்னைத் தேர்ந்தெடுத்தனாலேயேயன்றி என் விருப்பத்தினால் அல்ல. சமூகச் சீர்திருத்தம் உங்கள் குறிக்கோள், அது என்னைக் கவர்ந்ததொரு குறிக்கோள். எனவேதான் அந்தக் குறிக்கோளை நிறைவேற்றுவதற்கு ஒரு வாய்ப்பு கிடைக்கின்ற போது குறிப்பாக அந்தக் குளிக்கோளுக்காக நான் உதவக்கூடும் என்று நீங்கள் கருதியபோது அந்த வாய்பைபை மறுக்கக்கூடாது என எண்ணியே ஒப்புக்கொண்டேன். இன்றைக்கு இங்கு நான் கூற இருப்பவை நீங்கள் தீர்வு காண முயலும் பிரச்சினையைத் தீர்ப்பதற்கு எவ்வகையில் உதவக்கூடும் என்பதனை நீங்கள் தான் தீர்மானித்துக்கொள்ள வேண்டும். இந்தப் பிரச்சினையைப் பற்றி என்னுடைய கருத்துக்கள் என்ன என்பதை உங்கள் முன் வைக்க மட்டுமே நான் விரும்புகின்றேன்.

2

இந்திய நாட்டில் சமூகச் சீர்திருத்தத்திற்கான வழி சொர்க்கத்திற்குச் செல்லும் வழியைப் போலவே கரடுமுரடானது. பல வகைகளில் கடினமானது. இந்தியாவில் சமூக சீர்திருத்தத்திற்கு உதவவல்ல நண்பர்கள் சிலரே. ஆயின் குறை கூறுபவர்களோ ஏராளம், குறை கூறுபவர்கள் இருவகையினர். ஒரு பிரிவினர் அரசியல் சீர்திருத்தக்காரர்கள். மற்றொரு பிரிவினர் சோசலிஸ்டுகள். தீய பழக்கவழக்கங்களால் விளைந்துள்ள தீமைகளைக் களைந்து

சமூகத் திறனை வளர்த்தாலன்றி பிற துறைகளின் செயல்பாடுகளில் நிரந்தர முன்னேற்றம் காணபதரிது என்பது ஒரு காலத்தில் அனைவராலும் ஒப்புக்கொள்ளப்பட்டுள்ளது. இந்து சமூகம் இத்தகைய சமூகத் திறன் பெற்ற நிலையில் இல்லை. அதிலுள்ள தீமைகளைக் களைவதற்கு இடையறாத முயற்சிகள் மேற்கொள்ளப் பட வேண்டும். இந்த உண்மையை உணர்ந்த காரணத்தால்தான் இந்திய தேசிய காங்கிரஸ் தனியே தோன்றாமல் சமூக மாநாட்டு அமைப்பும் உடன் அமைந்தது. காங்கிரஸ் இயக்கம் நாட்டின் அரசியல் அமைப்பில் நிலவிய குறைகளை எடுத்துரைப்பதில் ஈடுபட்டிருந்த வேளையில் சமூக மாநாடு இந்து சமூக அமைப்பிலிருந்து குறைபாடுகளை நீக்கும் பணியில் ஈடுபாடு காட்டியது.

சிறிது காலம் காங்கிரசும் சமூக மாநாடும் (Social Conference) ஒரே பொது முயற்சியில் இரு பிரிவுகளாகப் பணியாற்றியதோடு அவற்றின் ஆண்டு மாநாடுகள் ஒரே பந்தலில் இடம் பெற்று நடந்தன. எனினும் இவ்விரு பிரிவுகளும் விரைவில் அரசியல் சீர்திருத்தக் கட்சி எனவும், சமூகச் சீர்திருத்தக் கட்சி எனவும் இரு கட்சிகளாகப் பிரிந்ததோடு அவற்றிற்கிடையே கடுமையான கருத்து முரண்பாடுகளும் தோன்றின. அரசியல் சீர்திருத்தக் கட்சி சமூக மாநாட்டினையும் ஆதரித்தன. இவ்வாறு இவை இரண்டும் எதிரெதிர் அணிகளாயின. அவற்றிற்கிடையே எழுந்த பிரச்சினை சமுதாயச் சீர்திருத்தம் அரசியல் சீர்திருத்தம் இவற்றில் எதற்கு முதன்மை அளிப்பது என்பதுதான் ஒரு பத்தாண்டு காலம் இந்த இருவேறு சக்திகளும் சமநிலையில் இருந்தன. எனவே அவற்றிற்கிடையே யாருக்கும் வெற்றி தோல்வி என்பதில்லாமல் போரிட்டுக் கொண்டிருந்தன. எனினும் காலப்போக்கில் சமூகச் சீர்திருத்த மாநாட்டினரின் எதிர்காலம் வெகுவேகமாகக் குறைந்து வந்தது. சமூகச் சீர்திருத்த மாநாட்டுக் கூட்டங்களுக்குத் தலைமை தாங்கிய கனவான்கள் படித்த இந்துக்களில் பெரும்பான்மையோர் அரசியல் முன்னேற்றத்திற்கே ஆதரவாக உள்ளனர் என்றும் சமூகச் சீர்திருத்தத்தில் கவனம் செலுத்துவதில் அலட்சியமாக உள்ளனர் என்றும் காங்கிரசு மாநாடுகளில் கலந்துகொள்வோரும் ஆதரவாளர்களும் பெரும் எண்ணிக்கையினராகவும் சமூக மாநாட்டிற்கு வருவோர் வெகுசிலராக இருப்பதாகவும் குறைபட்டுக்

கொண்டனர். சமூக மாநாட்டிற்கு ஆதரவு வரவரக் குறைந்ததோடு அரசியல்வாதிகளின் தீவிரமான எதிர்ப்பும் உருவானது. முன்பெல்லாம் சக மாநாட்டின் கூட்டங்களை காங்கிரஸ் தனது மாநாட்டுப் பந்தலைப் பயன்படுத்திக் கொள்ள அனுமதித்து வந்தது. காலஞ்சென்ற திலகரின் தலைமைக் காலத்திலிருந்து இந்தச் சலுகை மறுக்கப்பட்டதோடு சமூக மாநாட்டினர் தங்கள் மாநாட்டிற்கு தனியே பந்தல் போட்டுக்கொள்ள விரும்பிய போது அதனை எரித்து விடப்போவதாக எதிரிகள் மிரட்டும் அளவுக்குப் பகை உணர்வு உச்ச நிலையை அடைந்தது.

இவ்வாறாகக் காலப்போக்கில் அரசியல் சீர்திருத்தத்திற்கு ஆதரவாக இருந்த கட்சி வெற்றி பெற்று சமூக மாநாட்டினர் கட்சி மங்கி மறைந்து மறக்கப்பட்டு விட்டது. 1892-ல் அலகாபாதில் நடந்த காங்கிரசு மாநாட்டிற்குத் தலைமை வகித்த திரு டபிள்யூஸி பானர்ஜி ஆற்றிய உரை சமூக மாநாட்டின் மறைவுக்கு ஆற்றிய இரங்கல் உரையைப் போல அமைந்தது. சமூகச் சீர்திருத்தத்தில் காங்கிரசாரின் மனப்போக்கை வெளிப்படுத்தும் வகையில் அமைந்த அவரது உரையின் ஒரு பகுதியைக் கீழே தருகின்றேன்.

“நம்முடைய சமுதாய அமைப்பைச் சீர்திருத்தம் செய்யாமல் அரசியல் சீர்திருத்தத்திற்கு நாம் தகுதியுடையவர்களல்ல என்போர் கூற்றினை நான் வன்மையாகக் கண்டிக்கின்றேன். சமுதாயச் சீர்திருத்தத்திற்கும் அரசியல் சீர்திருத்தத்திற்கும் என்ன தொடர்புள்ளது என்பது எனக்குத் தோன்றவில்லை. நம்முடைய விதவைகள் மறுமணம் செய்து கொள்ளாமல் இருப்பதனாலும் நம்முடைய பெண்களுக்கு மற்ற நாட்டுப் பெண்ணை விட இளமையிலேயே திருமணத்தை நடத்தி விடுவதாலும், நாம் நம் நண்பர்களைக் காணச் செல்லும்போது நம் மனைவியரையும் மகளிரையும் நம்முடன் அழைத்துச் செல்லாததாலும் அல்லது ஆக்ஸ்போர்டுக்கோ கேம்பிரிட்ஜ்க்கோ நம் பெண்களைப் படிப்பதற்கு அனுப்பாததாலும் நாம் அரசியல் சீர்திருத்தத்திற்கு அருகதை அற்றவர்களாகிவிடுவோமா என்ன?”

அரசியல் சீர்திருத்தத்திற்கான பிரச்சினையைத் திரு பானர்ஜி எவ்வாறு அணுகுகிறார் என்பதை உங்கள் முன் வைத்துவிட்டேன். காங்கிரசு வெற்றிபெற்றதற்காக மகிழ்பவர்கள் பலர். சமுதாயச் சீர்திருத்தமே முக்கியமென நம்புவோர் திரு. பானர்ஜி கூறும் வாதம்

முடிவானதுதானா எனக் கேட்கக்கூடும். நியாயத்தின் பக்கம் நின்றவர்களுக்குத்தான் வெற்றி கிடைத்தது என்பதை அந்த வாதம் நிரூபிக்கின்றதா? சமுதாயச் சீர்திருத்தம் அரசியல் சீர்திருத்தத்தின் மீது எவ்வித தாக்கத்தையும் ஏற்படுத்தாது என்று அந்த வாதம் முடிவாகத் தீர்மானிக்கிறதா? என்னும் கேள்விகளையும் அவர்கள் எழுப்பக்கூடும். இந்தப் பிரச்சினையின் மறுபக்கத்தை நான் எடுத்துச் சொன்னால் பிரச்சினையைச் சரியாகப் புரிந்துகொள்ள உதவக் கூடும். எனவே நான் கூறப்போகும் உண்மைகளுக்குச் சான்றாக தீண்டாதார் எவ்வாறெல்லாம் நடத்தப்படுகின்றன என்பதை எடுத்துரைப்பேன்.

மராத்தியத்தை ஆண்ட பேஷ்வாக்களின் ஆட்சியில் தெருவில் எதிரே வரும் இந்துக்களின் மீது தீண்டாதாரின் நிழல் பட்டால் கூட தீட்டாகிவிடும் எனக் காரணம் காட்டித் தீண்டாதாரை வீதிகளில் நடக்க அனுமதித்ததில்லை. இந்துக்கள் தவறித் தீண்டாதாரைத் தொட்டு அவர்கள் தீட்டாகி விடுவதைத் தவிர்ப்பதற்குத் தீண்டாதார் தம் கழுத்திலோ மணிக்கட்டிலோ கறுப்புக் கயிறு ஒன்றினை அடையாளமாகக் கட்டிக் கொள்ள வேண்டுமெனக் கட்டளை இடப் பட்டிருந்தது. பேஷ்வாக்களின் தலைவரான புனேயில் தீண்டாதான் தெருவில் நடந்தால் எழும்பும் புழுதி பட்டு எதிரே வரும் இந்து தீட்டாகிவிடாமல் தடுப்பதற்காக தீண்டாதான் தன் இடுப்பில் விளக்குமாறு ஒன்றினைக் கட்டிக் கொண்டு தான் போகும் பாதையில் தன் காலடித் தடத்தின் புழுதியைப் பின்புறமாகக் கூட்டியபடிச் சென்றாக வேண்டும் என்று விதிக்கப்பட்டது.

தீண்டாதான் துப்பும் எச்சில் தரையில் விழுந்தால் அதைத் தெரியாமல் மிதித்து விடும் இந்து தீட்டாகிவிடுவதைத் தடுக்கத் தீண்டாதார் எங்கு சென்றாலும் தம் கழுத்தில் மண் கலயம் ஒன்றைக் கட்டித் தொங்கவிட்டுக் கொண்டு போக வேண்டும் என்னும் விதியும் புனேயில் இருந்தது. இவை பழங்கதையானாலும் அண்மைக்கால நிகழ்ச்சிகளைக் காண்போம். மத்திய இந்தியாவைச் சார்ந்த பலாய்கள் (Balayis) என்னும் தீண்டாத சமூக மக்களுக்கு இந்துக்கள் இழைத்த கொடுமைகள் என் வாதத்திற்கு உதவக்கூடியவை. 1928 ஜனவரி 24 நாளிட்ட 'டைம்ஸ் ஆப் இந்தியா' நாளிதழில் இது பற்றி செய்தி வெளியாகியுள்ளது. இந்தூர் மாவட்டத்தில் உள்ள கனாரியா, பீச் சோளி - ஹப்சி பிச்சோலி மர்தான முதலிய 15 கிராமங்களில் உள்ள கலோதர்கள், இராஜ

புத்திரர்கள், பிராமணர்கள் முதலிய பட்டேல் பட்வாரிகள் உட்பட மேல் சாதி இந்துக்கள் தத்தம் கிராமங்களைச் சார்ந்த பலாய் இனத்தார் தங்கள் கிராமங்களில் இருந்து வாழ வேண்டுமென்றால் மேல் ஜாதி இந்துக்கள் விதித்துள்ள பின்வரும் விதிமுறைகளை ஏற்று நடக்கவேண்டும் என்று அறிவித்திருந்தனர் என 'டைம்ஸ் ஆப் இந்தியா' செய்தியாளர் அனுப்பிய செய்தியை வெளியிட்டுள்ளது.

அந்த விதிமுறைகளாவன:

1. தங்க சரிகை கரை போட்ட உடைகளை அணியக்கூடாது.
2. சாயம் தோய்த்த அழகான உடைகளை அணியக்கூடாது.
3. இந்து ஒருவன் இறந்து போனால் இறந்தவனுடைய உறவினர்களுக்கு - அவர்கள் எவ்வளவு தொலைவில் இருந்தாலும் இழவுச் செய்தியைப் போய் சொல்ல வேண்டும்.
4. இந்து திருமணங்களில் ஊர்வலத்தின்போதும் திருமணம் நடக்கும்போதும் பலாய்கள் மேள தாளங்களை இசைக்க வேண்டும்.
5. பலாய் சாதிப் பெண்கள் தங்க, வெள்ளி நகைகளை அணியக் கூடாது. அழகான ஆடைகளையோ, ரவிக்கைகளையோ உடுத்துக் கூடாது.
6. இந்துப் பெண்களின் பிரசவங்களின்போது பலாய் பெண்கள் தேவையான ஊழியங்களைச் செய்ய வேண்டும்.
7. பலாய் சாதியினர் எவ்வித கூலியும் கேட்காமல் தொண்டு செய்ய வேண்டும். இந்துக்கள் மனமுவந்து தருவதை வாங்கிக் கொள்ள வேண்டும்.
8. பலாய்கள் இந்த நிபந்தனைகளை ஏற்று நடக்க மறுத்தால் அவர்கள் கிராமங்களை விட்டு வெளியேற்றப்படுவர்.

பலாய்கள் இந்த நிபந்தனைகளை ஏற்க மறுத்தார்கள். எனவே, இந்துக்கள் அவர்களுக்கு எதிரான நடவடிக்கைகளை மேற் கொண்டனர். கிராமத்துக் கிணறுகளிலிருந்து தண்ணீர் எடுக்கக் கூடாது எனப் பலாய்களைத் தடுத்தனர். அவர்களுடைய கால் நடைகளை மேய்ச்சலுக்கு கூட்டிச் செல்வதைத் தடுத்தனர். பலாய்களின் விளைநிலம் இந்துக்களுக்குச் சொந்தமான

நிலங்களுக்கு நடுவில் இருந்தால், அவற்றின் வழியே பலாய் தன் நிலத்திற்குச் செல்ல விடாமல் பலாய்கள் தடுக்கப்பட்டனர். அவர்களின் நிலங்களில் விளைந்த பயிர்களை இந்துக்கள் தங்கள் கால்நடைகளை விட்டு மேயச் செய்தனர்.

இத்தகைய கொடுமைகளை எதிர்த்துப் பலாய்கள் அரசாங்கத்திற்கு மனுக்கள் அனுப்பினர். ஆயினும் உரிய நேரத்தில் அவர்களுக்கு நிவாரணம் எதுவும் கிடைக்கவில்லை. அடக்கு முறைகள் தொடர்ந்தன. எனவே நூற்றுக்கணக்கான பலாய் சாதி குடும்பத்தினர் மனைவி மக்களோட வாழையடி வாழையாகத் தம் முன்னோர் வாழ்ந்த கிராமங்களை விட்டு வெளியேறிப் பிழைப்புத் தேடி தார், தேவாஸ், பக்ளி, போபால், குவாலியர் முதலிய அண்டை சமஸ்தானங்களை அடைந்தனர். சென்ற இடங்களில் அவர்களுக்கு நேர்ந்தது என்ன என்பதை இப்போதைக்கு விளக்கியுரைக்க வேண்டியதில்லை.

குஜராத்தில் கவிதா என்னும் கிராமத்தில் சென்ற ஆண்டு ஒரு நிகழ்ச்சி நடந்தது. அரசினரால் நடத்தப்பட்டு வந்த கிராம பொதுப்பள்ளிக்குத் தங்கள் குழந்தைகளைப் படிக்க அனுமதிக்க வேண்டும் என்று அந்தக் கிராமத்து தீண்டாதார் வலியுறுத்தக் கூடாது என இந்துக்கள் ஆணையிட்டனர். இதை எதிர்த்துத் தங்கள் குடியுரிமையைக் காத்துக் கொள்ள துணிந்த ஒரே காரணத்திற்காக அந்தக் கிராமத்தின் தீண்டாதார் வகுப்பு மக்கள் எத்தகைய கொடுமைகளுக்கு ஆளானார்கள் என்பதை விவரமாகக் கூறத் தேவையில்லை, அவற்றை அனைவரும் அறிந்திருக்கிறார்கள்.

குஜராத்திலுள்ள அகமதாபாத் மாவட்டத்தில் ஜானு என்னும் கிராமத்தில் நடந்த வேறொரு நிகழ்ச்சியைச் சொல்வேன். 1935 நவம்பரில் வசதியான குடும்பங்களைச் சார்ந்த தீண்டாதாரின் குடும்ப பெண்கள் உலோகக் குடங்களில் தண்ணீர் எடுத்துச் சென்றனர். தீண்டாதார் உலோகக் குடங்களைப் பயன்படுத்துவது இழிவுபடுத்தும் செயல் என்று இந்துக்கள் எண்ணி அந்த பெண்களின் ‘அகம்பாவத்திற்காகத் தாக்கினார்கள். ஜெய்ப்பூர் சமஸ்தானத்திலுள்ள சக்வாரா என்னும் கிராமத்தில் மிக அண்மையில் ஒரு நிகழ்ச்சி நடந்துள்ளது. நாளிதழ்களிலும் இந்த நிகழ்ச்சியைப் பற்றிய செய்தி வெளிவந்துள்ளது. தீர்க்க யாத்திரை சென்று திரும்பி வந்த

தீண்டாதார் ஒருவர் தமது சாதியாளருக்குச் சமயக் கடமையாகக் கருதிச் சிறப்பான விருந்து ஒன்றிற்கு ஏற்பாடு செய்தார். அந்த விருந்தில் பலவகை காய்கறி பதார்த்தங்களோடு நெய்யும் பரிமாறப்பட்டது. இந்த விருந்தினைத் தீண்டாதார் திரளாகக் கூடிச் சாப்பிட்டுக் கொண்டிருந்தபோது நூற்றுக்கணக்கான இந்துக்கள் தடிகளை ஏந்திக் கொண்டு அந்த இடத்திற்கு விரைந்தனர்.

உணவைக் கொட்டிக்கவிழ்த்தனர். விருந்த சாப்பிடுவதை விட்டு விட்டு தங்கள் உயிரைக் காப்பாற்றிக் கொள்ளச் சிதறி ஓடியவர்களை நையப் புடைத்தனர். ஆதரவற்ற அந்தத் தீண்டாதார் மீது இத்தகைய கொலை பாதச் செயல் நடந்தது ஏன்? அதற்குக் கூறப்பட்ட காரணம் விருந்தளித்த தீண்டாதான் விருந்திலே நெய் பரிமாறும் அளவுக்குத் 'திமிர்' பிடித்தவனாக இருந்ததுதான். விருந்தாளிகளான தீண்டாதாரும் துணிந்து நெய் இட்டுச் சாப்பிடும் அளவுக்கு விவரமறிந்தவர்களாக இருந்திருக்கிறார்கள். நெய் பணக்காரர் பயன்படுத்துவதற்குரிய ஆடம்பரப் பொருள் என்றால் ஒத்துக் கொள்ளலாம். ஆனால் நெய் உண்ணுதல் சமூக அந்தஸ்தை உயர்த்திக் காட்டக்கூடியது என்பதனை யாராவது நினைத்தற் கூடுமோ? ஆனால் சர்வரா இந்துக்கள் அப்படித்தான் நினைத்தனர். அதாவது தீண்டாதார் அவர்களின் உணவில் நெய்விட்டுக் கொண்டதன் மூலம் தங்களை அவமதித்துவிட்டதாக நினைத்தனர். நெய் என்பது இந்துக்களின் கௌரவத்தோடு தொடர்புடையது- தீண்டாதார் நெய் வாங்கும் அளவுக்கு வசதி படைத்தவர்களாக இருந்தபோதிலும் அதை அவர்கள் பயன்படுத்தக் கூடாது. நெய் அவர்களுக்கு உரியது அல்ல. இதை உணராமல் தீண்டாதார் இறுமாப்புடன் நடந்துகொண்டதற்காகவே இவ்வாறு தண்டித்தனர். 1936 ஏப்ரல் 1-ந் தேதி அளவில் இது நடந்தது.

இதுவரை நான் நடந்த சம்பவங்களைக் கூறினேன். இனி சமூகச் சீர்திருத்தம் பற்றிய பிரச்சினையை விளக்கிக் கூறுவேன். அவ்வாறு விளக்குகையில் திரு. பானர்ஜி அவர்களின் வாதங்களைப் பின்பற்றி, அரசியல் மனப்போக்குள்ள இந்துக்களைக் கேட்கிறேன். உங்கள் சொந்த நாட்டைச் சார்ந்த தீண்டாதாரைப் போன்றுள்ள பெரும்பான்மை வகுப்பினரை பொதுப் பள்ளிக்கூடங்களில் சேர்ந்து படிக்க அனுமதிக்காத நீங்கள் அரசியல் அதிகாரத்தைப் பெற அருகதை உடையவர்கள்தானா? அவர்கள் பொதுக் கிணறுகளில்

தண்ணீர் எடுக்கக்கூட அனுமதிக்காத நீங்கள் அரசியல் அதிகாரத்திற்கு அருகதை உடையவர்களா? அவர்கள் விரும்பும் எவ்வகை உணவையும் உண்ணக் கூட அனுமதிக்காத நீங்கள் அரசியல் அதிகாரத்திற்கு அருகதை படைத்தவர்களா? இத்தகைய கேள்விக் கணைகளை நான் வரிசையாகத் தொடுக்க முடியும். எனினும் இத்துடன் நிறுத்திக் கொள்கின்றேன். இந்த கேள்விகளுக்குத் திரு. பானர்ஜி அவர்களின் பதில் என்னவாக இருக்கும் என்று நினைத்துப் பார்க்கின்றேன். அறிவார்ந்த எவரும் இந்தக் கேள்விகளுக்கு ஆம், உண்டு என்று சொல்ல மாட்டார்கள் எனத் துணிந்துரைப்பேன். எந்த ஒரு நாட்டுக்கும் பிறநாடுகளை அடக்கி ஆளத் தகுதியில்லை என்னும் மில் (Mill) அவர்களின் கோட்பாட்டினைத் திரும்பத் திரும்ப எடுத்துக்காட்டாகக் கூறுகின்ற காங்கிரசார் அனைவரும் எந்த ஒரு சாதிக்கும் பிற சாதிகளை அடக்கியாளத் தகுதியின்மை என்பதை ஒப்புக்கொண்டுதானாக வேண்டும்.

அப்படியானால் சமூகச் சீர்திருத்த கட்சியினர் தோல்வியடையக் காரணம் என்ன? இதைச் சரியாகப் புரிந்து கொள்ள வேண்டுமானால் அக்காலத்திய சமூகச் சீர்திருத்தவாதிகள் எத்தகைய சமூகச் சீர்திருத்தத்திற்காகக் கிளர்ச்சி செய்தனர் என்பதைப் பார்க்க வேண்டும். சமூகச் சீர்திருத்தம் என்றால் இந்துக் குடும்பத்தைச் சீர்திருத்துவதா அல்லது இந்து சமுதாயத்தைச் சீர்திருத்திப் புத்தாக்கம் செய்வதா என்னும் வகைப்படுத்தி இரண்டிற்கும் இடையேயுள்ள வேறுபாட்டினை முதலில் புரிந்து கொள்ள வேண்டும். முதலாவதாகக் கூறப்பட்ட சீர்திருத்தம் விதவை மறுமணம், குழந்தை மணம் ஆகியவற்றோடு தொடர்புடைய குடும்பச் சீர்திருத்தம் சார்ந்தது. இரண்டாவதாகக் கூறப்பட்ட சீர்திருத்தம் சாதி அமைப்பை ஒழிப்பது தொடர்புடைய குடும்பச் சீர்திருத்தம் சார்ந்தது.

சமூகச் சீர்திருத்த கட்சியினர் (Social Conference) இந்துக் குடும்பத்தைச் சீர்திருத்துவதையே முதன்மையான சீர்திருத்தமாகக் கருதி அதில் ஈடுபட்டனர். அந்த அணியைச் சார்ந்தோர் பெரும்பான்மையினர் கல்வி அறிவு பெற்ற உயர்சாதி இந்துக்களாகவே இருந்தனர். ஒவ்வொரு மேல்சாதி இந்துக் குடும்பத்திலும் கட்டாய விதவைக் கோலமும் கட்டாய குழந்தை

திருமணக் கொடுமையும் இருந்ததால் அந்தத் தீமைகளை ஒழிப்பது சாதி ஒழிப்பை விட முக்கியமானது என அவர்கள் கருதி இந்து குடும்பச் சீர்திருத்தத்திலேயே கவனம் செலுத்தினர். அவர்கள் சாதியை ஒழிக்கப் போராடுவதற்கான அவசியத்தை உணர்ந்தவர்களாகவோ அல்லது அதற்காகப் போராடுவதற்கான துணிவு பெற்றவர்களாகவோ இல்லை. இந்து சமுதாயத்தைச் சீர்திருத்துவதற்கு ஆதரவாகவும் அவர்கள் இல்லை அவர்களது போராட்டம் முக்கியமாகக் குடும்பச் சீர்திருத்தத்தையே மையமாகக் கொண்டிருந்தது. சாதி அமைப்பைத் தகர்த்தெறிவது என்னும் பொருளில் சமூகச் சீர்திருத்தத்திற்குத் தொடர்புடையதாகவும் அது இல்லை. சமூகச் சீர்திருத்த கட்சியினர் தோல்வி அடைந்ததற்கு இதுவே காரணம்.

இதனால் சமூகச் சீர்திருத்தத்தைவிட அரசியல் சீர்திருத்தம் முக்கியமானது. முதன்மை பெற்றுவிட்டது என்றோ அரசியல் சீர்திருத்தமே முதலில் வேண்டியது என்றோ முடிவேற்பட்டு விடவில்லை என்னும் உண்மையை நான் அறிந்தே இருக்கின்றேன். சமூகச் சீர்திருத்தவாதிகள் ஏன் தோல்வியுற்றனர் என்பதையே இது காட்டுகின்றது. மேலும் அரசியல் சீர்திருத்தக்காரர்கள் கொண்ட வெற்றி அற்பமானது என்பதையும் சமூகச் சீர்திருத்தம் என்பது வெறும் குடும்பச் சீர்திருத்தமாக கருதப்படும் போதுதான் அரசியல் சீர்திருத்தத்திற்கு முன் சமூகச் சீர்திருத்தம் முதலிடம் பெறத்தக்கதல்ல என்றாகும் என்பதையும் விளக்கிவிட்டது. இந்திய சமூக அமைப்பைத் திருத்தி அமைக்க வேண்டுமானால் அரசியல் சீர்திருத்தத்திற்கு முன் சமூகச் சீர்திருத்தம் ஏற்பட்டாகவேண்டும் என்னும் என் கொள்கை மறுத்தற்கியலாதது. அரசியல் சாசனத்தை இயற்றுபவர்கள் சமூகச் சக்திகளையும் கணக்கிலெடுத்துக் கொள்ள வேண்டும். இந்த உண்மையைக் கார்ல் மார்க்ஸின் நண்பரும் உடன் பணியாற்றியவருமான பெர்டினண்டு லாசால் (Ferdirand Lasalle) என்பவரே வலியுறுத்தியுள்ளார். 1862-ல் பிரஷ்ய மக்களிடையே பேசுகையில் அவர் பேசியிருப்பதாவது,

“அரசியல் சாசனம் பற்றிய பிரச்சினை முதலாவதாக உரிமை பற்றிய பிரச்சினை அல்ல. ஆதிக்க வலிமை பற்றிய பிரச்சினையே ஆகும். நாட்டில் நிலவும் சமூக சக்திகளின் உண்மையான நிலைமையைச் சார்ந்தே அந்த நாட்டின்

அரசியல் அமைப்பின் ஆணிவேர் அமைகின்றது. எனவே, சமூகத்தில் நிலவும் உண்மையான நிலையையும் சக்தியையும் வெளிப்படுத்தும் அரசியல் அமைப்பே மதிப்புடையதாகவும் நிரந்தரமானதாகவும் இருக்க முடியும்."

இந்த உண்மையைத் தெரிந்துகொள்வதற்காகப் பிரஷ்ய நாட்டுக்கு நாம் போகவேண்டியதில்லை. நம் நாட்டிலேயே இதற்கான சான்றுகள் உள்ளன. பல்வேறு வகுப்பினருக்கும் இனத்தாருக்கும் விகிதாச்சாரப்படி அரசியல் அதிகாரம் வழங்கும் வகுப்புவாரித் தீர்ப்பின் (Communal Award) சிறப்புத்தன்மை என்ன? அரசியல் அமைப்பு சமூக அமைப்பினைப் பொறுத்தே அமைய வேண்டும் என்பது அதன் தத்துவம் என்பதே என் கருத்தாகும். அரசியல் சிக்கல்களுக்கும், சமூகச் சிக்கல்களுக்கும் எவ்விதத்திலும் தொடர்பு இல்லையெனக் கூறிய அரசியல்வாதிகளை அரசியல் அமைப்பினை வகுக்கும்போது சமூகச் சிக்கல்களையும் கணக்கில் எடுத்துக்கொள்ளத்தக்க கட்டாயத்திற்கு வகுப்புவாரி தீர்ப்பு ஆளாக்கியுள்ளது.

சமூகச் சீர்திருத்தத்தை அலட்சியப்படுத்தியதன் விளைவே வகுப்புவாரித் தீர்ப்பு எனலாம். சமூகச் சீர்திருத்தக் கட்சியினர் தோல்வியடைந்தபோதிலும் சமூகச் சீர்திருத்தத்தின் அவசியத்தைத் தொடர்ந்து வலியுறுத்தி வந்ததன் விளைவே வகுப்பு வாரித் தீர்ப்பாக அமைத்து அவர்களுக்குப் பெரிய வெற்றியாக வாய்த்தது எனலாம்.

பலர் இந்த முடிவினை ஒப்புக் கொள்ள மாட்டார்கள் என்பதை அறிவேன். வகுப்புவாரித் தீர்ப்பு இயற்கைக்கு முரணானதென்றும் சிறுபான்மை சமூகத்தினருக்கும் ஆட்சியாளர்களுக்கும் இடையே ஏற்பட்ட பொருந்தாத உறவின் விளைவாகவே அந்தத் தீர்ப்பு பிறந்தது என்றும் பரவலாக ஒரு கருத்து உள்ளது. என் வாதத்தை வலியுறுத்த வகுப்புவாரித் தீர்ப்பு தக்க ஆதாரம் அல்ல என்று சொல்லப்படுமானால் வகுப்புவாரித் தீர்ப்பு ஒன்றினை மட்டுமே ஆதாரமாக நான் கொள்ளவில்லை என்றே கூறுவேன்.

அயர்லாந்தின் நிலையை எடுத்துக்கொள்வோம். அயர்லாந்தின் தன்னாட்சி (Home Rule) இயக்கத்தின் வரலாறு என்ன? அல்ஸ்டர் என்னும் பகுதியின் பிரதிநிதிகளும் அயர்லாந்தின் பிரதிநிதிகளும் உடன்பாடு ஒன்றினைக் காண்பதற்கு நடத்திய சமரசப் பேச்சு

வார்த்தையின் போது தென் அயர்லாந்தின் பிரதிநிதியான ரெட்மாண்ட் என்பவர் அல்ஸ்டர் உட்பட அயர்லாந்து முழுமைக்கும் ஒரே தன்னாட்சி அரசியல் அமைப்பினைக் கொண்டு வருவதை அல்ஸ்டர் மக்கள் ஆதரித்தால் ‘நீங்கள் விரும்பும் அரசியல் பாதுகாப்புகள் அனைத்தையும் நாங்கள் வழங்குகிறோம்’ என்று கூறினார். அப்போது அல்ஸ்டர் பிரதிநிதிகள் அளித்த பதிலென்ன? ‘நீங்கள் அளிக்கும் பாதுகாப்புகள் நாசமாய்ப் போகட்டும்? எவ்வித நிபந்தனையின் பேரிலும் நீங்கள் எங்களை ஆள்வதை நாங்கள் விரும்பவில்லை’ என்றே அல்ஸ்டர் பிரதிநிதிகள் பதிலுரைத்தனர்.

இந்தியாவிலுள்ள சிறுபான்மைச் சமூகத்தினரைக் குறை சொல்பவர்கள் அந்தச் சமூகத்தினர் அல்ஸ்டர் பிரதிநிதிகளைப் போல முடிவெடுத்திருந்தால் இந்தியப் பெரும்பான்மை சமூக மக்களின் அரசியல் விருப்பங்கள் என்ன கதிக்கு ஆளாகியிருக்கக்கூடும் என்பதை எண்ணிப் பார்க்க வேண்டும். ஐரிஷ் தன்னாட்சித் திட்டத்திற்கு (Home Rule) அல்ஸ்டர் பிரதிநிதிகள் அளித்த பதிலைக் காண்கையில் இந்திய சிறுபான்மை சமூகத்தினர் தங்களுக்குச் சில பாதுகாப்பு வரைமுறைகள் ஏற்படுத்தித் தரப்பட்டால் பெரும்பான்மைச் சமூகத்தினரால் ஆளப்படுவதை ஏற்றுக்கொள்வதாக ஒப்புக் கொண்டது பெரிய காரியமல்லவா? ஆனால் இது தற்செயலாக நேர்ந்த ஒன்றுதான். முக்கிய வினா என்னவென்றால் அல்ஸ்டர் பிரதிநிதிகள் ஏன் இந்த வகையில் முடிவெடுத்தார்கள் என்பதே? இதற்கு நான் அளிக்கும் ஒரே பதில் அல்ஸ்டர் மக்களுக்கும் தெற்கு அயர்லாந்து மக்களுக்கும் இடையே ஒரு சமுதாயப் பிரச்சினை கத்தோலிக்கர்களுக்கும், பிராட்டஸ்டண்டுகளக்கும் இடையேயான பிரச்சினை - சாராம்சத்தில் சாதிப் பிரச்சினையே அயர்லாந்து அறிவித்த தன்னாட்சி முறை (Home Rule) தங்களைப் பொறுத்தவரை ரோமானிய ஆட்சி முறையாக (Home Rule) மாறிவிடும் என்று அல்ஸ்டர் மக்கள் கருதியே தங்களது முற்கூறிய பதிலை அளித்தார்கள்.

வேறுவகையில் கூறினால், அரசியல் தன்மை வாய்ந்த பிரச்சினைகளுக்குத் தீர்வு காணத்தடையாக இருக்க கத்தோலிக்கர்களுக்கும் பிராட்டஸ்டெண்டுகளுக்கும் இடையே நிலவிய சாதி அடிப்படையிலான ஒரு சாதிப் பிரச்சினையே இது எனலாம். இந்த அணுகுமுறையை ஏற்றுக் கொள்ள பலர் மறுக்கலாம்.

ஏகாதிபத்தியம் இங்கும் தன் கைவரிசையைக் காட்டிவிட்டதா எனக் கூறப்படலாம். ஆனால் என்னுடைய ஆதாரங்கள் இத்துடன் தீர்ந்து விடவில்லை. ரோமானிய வரலாற்றிலிருந்தும் நான் ஆதாரங்களைக் கூறுவேன்.

இங்கு சூழ்ச்சி நடந்ததாக எவரும் கூறமுடியாது. ரோமானியக் குடியரசின் அரசியல் அமைப்பு வகுப்புவாரி இட ஒதுக்கீட்டை ஒத்திருந்ததை ரோமானிய வரலாற்றைப் படித்த எவரும் அறிவர். ரோமில் மன்னராட்சி ஒழிக்கப்பட்டவுடன் மன்னரின் அதிகாரங்கள் அல்லது இம்பீரியம், கான்சல்களுக்கும் (Consuls) பாண்டிபெக்ஸ் மாக்சிமஸ்களுக்கும் (Pontilex Maximus) இடையே பகிர்ந்தளிக்கப்பட்டது. மன்னனிடமிருந்த மத சம்பந்தமான அதிகாரங்களைப் பாண்டிபெக்ஸ் மாக்சிமஸ் குழுவினர் எடுத்துக் கொண்டனர். ஏனைய அதிகாரங்கள் கான்சலிடம் தரப்பட்டது. இந்தக் குடியரசு சாசனப்படி, இரண்டு கான்சல்களில் ஒருவர் பாட்ரீசியன் (Patrician) மற்றவர் பிளிபியன் (Plebecian) ஆக இருத்தல் வேண்டும். அவ்வாறே பாண்டிபிக்ஸ் மாக்சிமஸ் பிரிவினரான துறவிகளில் பாதிப்பேர் பாட்ரீசியன் பிரிவிலிருந்தும் பாதிப்பேர் பிளீபியன் பிரிவிலிருந்தும் இருக்க வேண்டுமென அந்தச் சாசனம் வரையறுத்தது.

வகுப்புவாரி இட ஒதுக்கீட்டை ஒத்த இத்தகைய வலுவான அமைப்புகளை ரோமானிய குடியரசு அரசியல் அமைப்பு ஏன் ஏற்படுத்த வேண்டும்? பாட்ரீசியன் சாதிக்கும், பிளீபியன் சாதிக்கும் இடையில் அந்தஸ்து வேறுபாடு இருந்ததை ரோம் குடியரசு அரசியலமைப்பு கணக்கில் எடுத்துக்கொண்டதன் விளைவு இது என்பதே நமக்குக் கிடைக்கும் விடை. அரசியல் சீர்திருத்தவாதிகள் அவர்கள் விரும்பும் எந்த வழியில் சென்றாலும் சரி அரசியல் அமைப்பு ஒன்றினை உருவாக்கும்போது நம் நாட்டில் நிலவும் சமுதாய அமைப்பிலிருந்து எழுகின்ற பிரச்சினையைப் புறக்கணித்து விட்டு அரசியல் அமைப்பை உருவாக்கிவிட முடியாது. மேற்கூறிய வாதங்கள் இந்த உண்மையையே நிலைநாட்டுகின்றன.

சமுதாயப் பிரச்சினைகளும், மதப் பிரச்சனைகளும அரசியல் சாசனங்களைப் பாதிக்கின்றன என்ற என்னுடைய கருத்துக்கு ஆதரவாக இந்த எடுத்துக்காட்டுகள் மிகவும் தனித்ததாகத் தோன்றலாம். அது உண்மையாகவும் இருக்கலாம். ஆனால் இந்த

இரண்டு பிரச்சினைகளும் ஒன்றன்மீது மற்றொன்று ஏற்படுத்தும் தாக்கம் வரையறைக்கு உட்பட்டது என்று கூறிவிட முடியாது. பொதுவாக அரசியல் புரட்சிகளுக்கு முன்பே சமூக, மத சம்பந்தமான புரட்சிகள் ஏற்படுகின்றன என்பதற்கு வரலாற்று ஆதாரங்கள் உண்டு.

ஐரோப்பிய மக்களின் அரசியல் விடுதலைக்கு லூதர் (Martiar Luther) துவக்கிய மதச் சீர்திருத்தங்களே முன்னோடியாக இருந்தன. இங்கிலாந்தில் கிறித்துவ மதச் சீர்திருத்தம் (Puritanism) அரசியல் விடுதலைக்கு வழிகோலியது. அமெரிக்க விடுதலைப் போரில் வெற்றி கிட்டுவதற்குக் கிறித்துவமதச் சீர்திருத்தமே முக்கிய காரணமாயிற்று. பியூரிட்டானிசம் என்பது ஒரு மத இயக்கம்தான். இதே உண்மை முஸ்லீம் பேரரசிற்கும் பொருந்தும். முகம்மது நபி என்னும் தீர்க்கதரிசி துவக்கி வைத்த மதப் புரட்சிக்குப் பின்பே அரேபியர்கள் ஓர் அரசியல் சக்தியாக மாற முடிந்தது- இந்திய வரலாறு கூட இதே முடிவைக் காட்டுகின்றது.

சந்திரகுப்த மௌரியரின் அரசியல் புரட்சிக்குப் புத்தரின் மதப் புரட்சியும் சமுதாயப் புரட்சியும் முன்னோடிகளாக அமைந்தன. மகாராஷ்டிர சன்னியாசிகள் மேற்கொண்ட மதச் சீர்திருத்தமும் சமுதாயச் சீர்திருத்தமும் சிவாஜியின் அரசியல் புரட்சிக்கு முன்னோடியாக அமைந்தன. குருநானக் நடத்திய மத, சமுதாய புரட்சிக்குப் பின்பே சீக்கியர்களின் அரசியல் புரட்சி அமைந்தது. இதற்கு மேலும் எடுத்துக்காட்டுக்களை அளிக்கத் தேவையில்லை. மக்களின் அரசியல் விரிவாக்கத்திற்கு மன விடுதலையும், ஆன்ம விடுதலையும் தேவை என்பதைக் காட்ட மேற்கூறிய எடுத்துக் காட்டுகள் போதுமானவை.

3

இனி சோஷலிஸ்டுகளைப் பார்ப்போம். சமுதாய அமைப்பின் காரணமாக உருவாகும் பிரச்சினைகளைச் சோஷலிஸ்டுகள் புறக்கணிக்க முடியுமா? இந்தியச் சோஷலிஸ்டுகள் ஐரோப்பிய சோஷலிஸ்டுகளைப் பின்பற்றி இந்திய நிலைமைகளுக்கு வரலாற்றைப் பொருளாதார நோக்கில் விளக்க முயல்கின்றனர். மனிதன் ஒரு பொருளாதாரச் சார்பான பிராணி என்றும், அவனுடைய செயல்பாடுகளும், விருப்பு வெறுப்புகளும் வேட்கைகளும் பொருளாதார நிலைகளால் கட்டுப்படுத்தப்படுபவை என்றும் சொத்து

மட்டுமே அதிகாரத்தின் மூலாதாரம் என்றும் வாதிடுகின்றனர். எனவே சமுதாய அரசியல் சீர்திருத்தங்கள் மிகப்பெரிய மாயைகள் என்றும் சொத்தைச் சமமாகப் பங்கிடும் பொருளாதாரச் சீர்திருத்தமே எல்லாச் சீர்திருத்தங்களுக்கும் முதன்மையாக இருக்க வேண்டுமெனவும் போதிக்கின்றனர். பிற சீர்திருத்தங்களை விடப் பொருளாதார சீர் திருத்தமே முன்னுரிமைப் பெற வேண்டும் எனக் கூறும் சோஷலிஸ்டுகளின் வாதம் குறித்து எவரும் எதிர்வாதம் பேச முடியும்.

பொருள் மட்டுமே மக்களின் இலட்சியம் அல்லவென்றும் அவனது முயற்சிகளுக்குப் பொருள் மட்டுமே காரணமல்லவென்றும் கூறமுடியும். பொருளாதார அதிகாரம் மட்டுமே ஒரே அதிகாரம் என்பதை மானுடச் சமூகவியல் ஆய்வாளர் எவரும் ஒத்துக் கொள்ள மாட்டார்கள். பல தருணங்களில் தனி மனிதனின் சமுதாய அந்தஸ்து மட்டுமே அவரது ஆட்சி உரிமைக்கும் அதிகாரத்திற்கும் ஆதாரமாக அமைந்து விடுகிறது. மகாத்மாக்கள் சாமானிய மக்களை ஆட்டி வைக்கும் சான்றுகளால் இதை விளக்கலாம். இந்திய நாட்டில் பெரும் பணக்காரர்கள் கையில் ஒரு காசு கூட இல்லாத சாதுக்களுக்கும் பக்ரிகளுக்கும் அடிபணிந்து நிற்பதற்குக் காரணம் என்ன? எழை, எளிய இந்திய மக்கள் தங்களிடமுள்ள அற்பச் சொத்தான மூக்குத்தி, தோடு முதலியவற்றை விற்றுக் காசிக்கும், மெக்காவுக்கும் புனித யாத்திரை போவதேன்? இந்தியாவில் ஒரு நீதிபதியைவிடப் புரோகிதன் சாதாரண மக்களிடம் செல்வாக்கு பெற்றவன் அல்லவா? வேலை நிறுத்தம், தேர்தல்கள் முதலியனவும் சில சமயங்களில் மதச்சார்பாகிவிடுகின்றன.

மதச்சாயம் பூசப்படுகிறது. இவற்றால் மதம் என்பது அதிகாரத்திற்கு ஆதாரம் என்பதை இந்திய வரலாறு புலனாக்குகிறது. மதம் மக்களை அடக்கியாள்வதற்கு மேலுமொரு எடுத்துக்காட்டாக ரோம வரலாறு கூறும் பிளீபியன்கள் (பாமர மக்கள்) கதை உள்ளது. ரோம் குடியரசில் தமக்கும் கண்ணியமான பங்கு வேண்டுமென பிளீபியன்கள் போராடினார்கள். கடைசியில் நிர்வாகச் சபையில் ஒரு பிளீபியன், கான்சல் பிரதிநிதியாக இருக்குமாறு ரிபப்ளிக்கன் அரசியல் அமைப்பில் ஒரு விதி ஏற்படுத்தப்பட்டது. அந்தக் கான்சலைப் பிளீபியன்களே தேர்ந்தெடுக்கும் வழிவகுத்தனர். பாட்ரீசியன் கான்சல்கள் (பிரபு குடும்பப் பிரதிநிதிகள்) ஆட்சி நிர்வாகத்தில் பிளீபியன்களின் நலனுக்கு எதிராக இருப்பதாக

உணர்ந்ததாலேயே இவ்வாறு பிளீபியன்கள் தங்களுக்குப் பிரதி நிதித்துவம் வேண்டுமெனக் கோரினர். அதில் வெற்றிபெற்றனர். இதனால் வெளித்தோற்றத்திற்கு அவர்கள் பெரிய நன்மை பெற்றதாகத் தோன்றியபோதிலும், பாட்ரீசியன் கான்சலைச் சார்ந்திராமல் தனித்துச் செயல்படக்கூடிய ஒரு பிளீபியன் கான்சலை ஒருபோதும் தேர்ந்தெடுக்க முடியாத நிலை ஏற்பட்டது.

ஏனெனில் ரோம் குடியரசு ஆட்சியில் ஒரு கான்சல் செய்யும் சட்டத்தை மற்றொரு கான்சல் தள்ளுபடி செய்ய முடியுமாதலால் தங்களுக்கு நன்மை செய்யும் உறுதியான பிளீபியனை பிளீபியன்கள் பெற முடியவில்லை. இது எதனால் ஏற்பட்டது? மனித மனங்களில் மதத்தின் செல்வாக்கு எவ்வளவு தூரம் ஆட்டிப் படைக்கிறது என்பதே இதற்கான விடையாக வெளிப்படுகின்றது. ரோமானிய பொது மக்களின் நம்பிக்கையின்படி டெல்பியின் குறி சொல்பவரால் (Oracle of Dcl-phi) டெல்பி தேவதையின் சம்மதம் பெற்றவராக அறிவிக்கப்படாத எவரும் ஒரு அதிகாரியாகத் தன்னுடைய அதிகாரப் பொறுப்புகளை நிறைவேற்றும் பணியை ஆற்றமுடியாது. டெல்பி தேவதையின் கோவில் பூசாரிகளாக இருந்தோர் அனைவரும் பாட்ரீசியன் பூசாரிகளே. பாட்ரீசியன்களை எதிர்க்கக் கூடிய உறுதியான ஒரு கான்சலை தற்போது இந்தியாவில் வழங்கும் சொற்களில் கூறவேண்டுமானால் இனப்பற்றுள்ள ஒரு கான்சலை பிளீபியன்கள் தேர்ந்தெடுத்த போதெல்லாம் அந்தக் கான்சல் டெல்பி தேவதையின் சம்மதம் பெற்றவர் அல்ல என்று அறிவிப்பதே வழக்கமாக இருந்தது. பிளீபியன்கள் தங்கள் உரிமைகளைப் பெற முடியாமல் இவ்வாறுதான் வஞ்சிக்கப்பட்டனர்.

இதில் கூர்ந்து கவனிக்க வேண்டியது ஒன்று உண்டு. பிளீபியன்களே தாங்கள் வஞ்சிக்கப்படுவதற்கு இடம் கொடுத்தார்கள் என்பதுதான் அது எப்படி அவர்கள் வஞ்சிக்கப்பட்டார்கள்? ஒரு அலுவலர் தேர்ந்தெடுக்கப்பட்டுவிட்டால் மட்டும் போதாது. டெல்பி தேவதையின் சம்மதத்தைப் பெற்றவராகவும் இருக்க வேண்டும் என்பதைப் பாட்ரீசியன்களைப் போலவே பிளீபியன்களும் உறுதியாக நம்பினார்கள். டெல்பி தேவதையின் சம்மதம் தேவையில்லை என்று பிளீபியன்கள் வாதாடி இருந்தால் தாங்கள் பெற்ற அரசியல் உரிமையின் முழுப்பயனையும் அனுபவித்திருக்க முடியும். ஆனால் அவர்கள் அவ்வாறு செய்யத் தவறினர். ஏற்கனவே தேர்ந்தெடுக்கப்

பட்ட தேவதையின் சம்மதம் இல்லாததால் நிராகரிக்கப்பட்ட பிரதிநிதிக்குப் பதிலாகத் தங்கள் நலன்களுக்குப் பெரிதும் ஏற்றவராக இல்லாதவராகவும் அதே நேரத்தில் பாட்ரீசியன்களுக்கு ஒத்துப் போகக் கூடியவராக இருந்த காரணத்தால் தேவதைக்கு மிகவும் ஏற்றவராகவும் இருப்பவரைத் தேர்ந்தெடுத்துக் கொள்வதற்குச் சம்மதித்தனர். இதனால் பிளீபியன்கள் மதத்தை விட்டொழிப்பதற்குப் பதிலாக அரும்பாடுபட்டு அடைந்த அரசியல் உரிமையை இழந்தனர். பணத்தால் பெறக்கூடிய அதிகாரத்தைவிட அதிகமாக இல்லா விட்டாலும் அதற்குக் குறைவில்லாத அதிகாரப் பலத்தை மதத்தால் பெற முடியும் என்பதை இது காட்டவில்லையா?

ஐரோப்பிய சமுதாயத்தின் இன்றைய நிலையில் சொத்துடைமை அதிகாரத்திற்கான ஊற்றுக் கண்ணாக ஆதிக்கம் செலுத்துவதாக இருப்பதைக் கொண்டு, இந்தியாவிலும், இதற்கு முன் காலத்திய ஐரோப்பாவிலும் சொத்து மட்டுமே அதிகார பலத்திற்கு அடிப்படை என நம்பியதுதான் சோஷலிஸ்டுகளின் தவறான வாதத்திற்குக் காரணமாகும். மதம், சமூக அந்தஸ்து, சொத்துடைமை ஆகிய அனைத்தும் ஒரு மனிதன் மற்றொரு மனிதனின் உரிமைகளைக் கட்டுப்படுத்தும் அதிகாரத்திற்கும் ஆதிக்கத்திற்கும் அடிப்படை- களாவன. இவை ஒவ்வொன்றும் ஒவ்வொரு காலத்தில் மேலோங்கி நின்று ஒன்றன்மேல் ஒன்று ஆதிக்கம் செலுத்துகின்றன. இவற்றிற்கு இடையிலான அடிப்படை வேறுபாடு இதுதான். சுதந்திரம் என்பதே குறிக்கோள் என்றால், ஒரு மனிதன் இன்னொரு மனிதனின் மேல் ஆதிக்கம் செலுத்துவதை ஒழிப்பதே சுதந்திரத்தின் பொருள் என்றால் பொருளாதாரச் சீர்திருத்தம் ஒன்று மட்டும்தான் நாம் மேற்கொள்ளத்தக்க சீர்திருத்தம் என்பதை வலியுறுத்த முடியாது. ஒரு சமுதாயத்தில் ஒரு குறிப்பிட்ட காலகட்டத்தில் அதிகாரத்திற்கும் ஆதிக்கத்திற்கும் மதமும் சமுதாயமும் அடிப்படைகளாக இருந்தால் அந்தக் கட்டத்தில் மேற்கொள்ள வேண்டிய அவசியமான சீர்திருத்தம் மதச் சீர்திருத்தமும் சமுதாய சீர்திருத்தமுமே ஆகும்.

வரலாற்றைப் பொருளாதார அணுகுமுறையில் விளக்கும் கொள்கையைக் கொண்ட இந்திய சோஷலிஸ்டுகளை இவ்வாறு கண்டனம் செய்ய முடியும். சொத்துடைமையை அனைவருக்கும் சமமாக்குவது ஒன்றே உண்மையான சீர்திருத்தம். அதுவே மற்ற சீர்திருத்தங்களுக்கு முன்னதாக நடந்தேற வேண்டும் என்னும்

சோஷலிஸ்டுகளின் வாதத்திற்கு வரலாற்றைப் பொருளாதார அணுகு முறையில் விளக்குவது தேவையில்லை என நான் எண்ணுகின்றேன். நான் சோஷலிஸ்டுகளைக் கேட்க விரும்புவதெல்லாம், முதலில் சமுதாய அமைப்பைச் சீர்திருத்தி அமைக்காமல் பொருளாதாரச் சீர்திருத்தத்தைக் கொண்டுவர முடியுமா என்பதுதான். இந்த சோஷலிஸ்டுகள் இதுபற்றிச் சிந்தித்ததாகவே தெரியவில்லை. அநியாயமாக அவர்கள் மீது நான் குற்றம்சாட்ட விரும்பவில்லை. பிரபலமான சோஷலிஸ்டு ஒருவர் சில தினங்களுக்கு முன் என் நண்பர் ஒருவருக்கு எழுதிய கடிதத்திலிருந்து எடுத்துக்காட்டு.

"ஒரு வகுப்பார் இன்னொரு வகுப்பினரை அடக்கி ஒடுக்கி இழிவாக நடத்தும் நிலை தொடர்ந்து நீடிக்கும் வரை இந்தியாவில் சுதந்திரமான ஒரு சமூகத்தை நிலைநாட்ட முடியும் என்று நான் நம்பவில்லை. எனினும் சோஷலிச இலட்சியத்தில் எனக்கு நம்பிக்கை உள்ளதால் பல்வேறு வகுப்பினருக்கும் குழு வினருக்கும் முழுமையான சமத்துவம் கிட்டும் என நம்புகின்றேன். சோஷலிசம் மட்டுமே இந்தப் பிரச்சினைகளுக்கும் இதுபோன்ற மற்ற எல்லாப் பிரச்சினைகளுக்கும் சரியான தீர்வாக இருக்கும் எனவும் நான் நம்புகிறேன்."

இப்போது நான் கேட்க விரும்புவதெல்லாம் பல்வேறு வகுப்பினருக்கும் குழுவினருக்கும் சமத்துவம் கிட்டும் என நம்புகிறேன் என ஒரு சோஷலிஸ்டு சொல்லிவிட்டால் போதுமா என்பதுதான். நம்பிக்கையே போதும் என்பதிலே திருப்தி அடைந்து விடுகின்ற ஒரு சோஷலிஸ்டு, சோஷலிசம் என்பதில் என்னவெல்லாம் அடங்கியிருக்கிறது என்பதைச் சற்றும் புரிந்துகொள்ளவில்லை என்பதைத்தான் வெளிப்படுத்துகின்றார். சோஷலிசம் எனப்து நீண்ட காலத்திற்குப் பின் நிறைவேறக்கூடிய வெறும் இலட்சியம் மட்டுமல்ல. அது ஒரு செயல் திட்டம் என்றால் ஒரு சோஷலிஸ்டு முன்னுள்ள கேள்வி அவர் சமத்துவத்தை நம்புகிறாரா இல்லையா? என்பதல்ல. ஒரு சமூகக் கட்டமைப்பு அளவிலும் கொள்கை அளவிலும் ஒரு வகுப்பினர் இன்னொரு வகுப்பினரை அடக்கி ஒடுக்குவதும் இழிவுபடுத்துவதும் இருப்பதை அவர் ஒத்துக் கொள்கிறாரா?- அவ்வாறானால் ஒரு வகுப்பாருக்கும் இன்னொரு வகுப்பாருக்கும் இடையே வேற்றுமைகளை உருவாக்கும் கொடுங் கோன்மையும் அடக்குமுறையும் நீடிப்பதை அனுமதிக்கிறாரா என்பதுதான் அவருக்கு முன்னுள்ள கேள்வி.

என் கருத்தை விளக்கியுரைப்பதற்குச் சோஷலிசத்தை அடைவதற்கான வழிமுறைகளை ஆராய்வோமாக. அதிகாரத்தைக் கைப்பற்றும் புரட்சி ஒன்று இல்லாமல் சோஷலிஸ்டுகள் நிலைக்கும் பொருளாதாரச் சீர்திருத்தம் ஏற்படாது என்பது தெளிவு. அதிகாரத்தைக் கைப்பற்றுபவர் பாட்டாளியாகத்தான் இருக்க வேண்டும். நான் கேட்கும் முதல் கேள்வி. இந்தப் புரட்சி செய்வதற்கு இந்தியப் பட்டாளிகள் இணைந்து வருவார்களா? மக்களை அவ்வாறு இணைந்து ஒன்றுபடும்படித் தூண்டுவது எது? பிறவற்றிலெல்லாம் சமத்துவம் இருந்தபோதிலும், தன்னோடு இணைந்து ஒன்றுபடும் மற்றவர்களின் சமத்துவத்திலும் சகோதரத்துவத்திலும் இவை அனைத்திற்கும் மேலாக நீதியிலும் நம்பிக்கை வைத்து அந்த உணர்வால் தூண்டப்படும்போதே அவ்வாறு இணைந்து செயல்படும் உணர்வு தோன்றும் என்று எனக்குத் தோன்றுகின்றது. புரட்சியை வெற்றிகரமாக நடத்தி முடித்த பின்பு தாங்கள் சமத்துவமாக நடத்தப்படுவோம்.

பிறர் தம்மிடம் சாதி மத வேறுபாடு பாராட்டமாட்டார்கள் என்று தெரிய வந்தால் ஒழிய சொத்துடைமையைப் பொதுமையாக்கு-வதற்கான புரட்சியில் மக்கள் சேரமாட்டார்கள். புரட்சிக்குத் தலைமை தாங்குகின்ற ஒரு சோஷலிஸ்டு தனக்கு சாதியில் நம்பிக்கையில்லை என்று வாக்குறுதி அளித்துவிட்டால் மட்டும் போதாது. ஒருவருக்கொருவர் சமம். யாவரும் சகோதரர் என்னும் உணர்வின் அடிப்படையில் அமைந்து மனத்தின் அடித்தளத்திலிருந்து எழுந்த வாக்குறுதியாக அது இருக்க வேண்டும். இந்திய நாட்டுப் பாட்டாளி வர்க்கத்தினர் அதாவது ஏழை எளிய மக்கள், நம்மிடையே ஏழை பணக்காரன் என்ற வேறுபாட்டைத் தவிர வேறெந்த வேறுபாட்டையும் பார்ப்பதில்லையா? இவர்கள் இந்த வேறுபாட்டைப் பார்க்கவே செய்கிறார்கள் என்பது உண்மையென்றால், அத்தகைய பாட்டாளி மக்கள் பணக்காரர்களுக்கு எதிராக என்ன வகையான ஒன்றுபட்ட அணியாகத் திரள்வார்கள் என்று எதிர்பார்க்க முடியும்? பாட்டாளி வர்க்கம் ஒன்றுபட்டு ஓரணியாகத் திரள முடியாத நிலையில் புரட்சி எப்படிச் சாத்தியமாகும்?

ஒரு வாதத்திற்காக எடுத்துக்கொள்வோம். எதிர்பாராத வகையில் இந்தியாவில் புரட்சியொன்று நடந்து அதனால் சோஷலிஸ்டுகள் அதிகாரத்திற்கு வந்து விட்டார்கள் என்று வைத்துக்

கொள்வோம். அந்த நிலையில் அவர்கள் இந்தியாவில் நிலவுகின்ற குறிப்பிட்ட சமூக அமைப்பின் காரணமாக எழும் பிரச்சினைகளை அவர்கள் கவனிக்காமல் விட்டுவிட முடியுமா? இந்திய மக்களிடையே பழக்கத்திலிருக்கும் மேல் கீழ் தூய்மையானவர், தூய்மையற்றவர் என்பதால் வருகின்ற வேற்றுமைகளால் ஏற்படும் பிரச்சினைகளைச் சமாளிக்காமல் இந்தியாவில் சோஷலிச அரசு ஒரு கணநேரமாவது எப்படிச் செயல்படும் என்று எனக்கு விளங்க வில்லை. வெறும் வார்த்தை அலங்காரங்களில் மனநிறைவு அடைந்து விடாமல், சோஷலிச இலட்சியத்தை ஒரு நடைமுறைக்-குரியதாக ஆக்குவதற்கு சோஷலிஸ்டுகள் விரும்புவதானால் சமூகச் சீர்திருத்தப் பிரச்சினையே அடிப்படையானது என்பதையும் அதிலிருந்து அவர்கள் தப்பிக்கொள்ள முடியாது என்பதையும் அவர்கள் ஒப்புக்கொண்டாக வேண்டும்.

இந்தியாவில் வெளிப்படையாக மேலோங்கி நிற்கின்ற சமூகப் பிரச்சினை - ஒரு சோஷலிஸ்டு எதிர்கொண்டு தீர்க்க வேண்டிய பிரச்சினை அவ்வாறு செய்யாமல் புரட்சியை வென்று அடைய முடியாது. ஒருவேளை எதிர்பாராமல் புரட்சி நடந்துவிட்டாலும் தன் இலட்சிய நிறைவேற்றத்திற்கு இந்தச் சாதிப் பிரச்சினையை எதிர்த்து நிற்க வேண்டியதாக இருக்கும் என்பது என் ஆணித்தரமான கருத்தாகும். புரட்சிக்கு முன்பு சாதிப் பிரச்சினையைக் கணக்கிலெடுத்துக்கொள்ளத் தவறினால் புரட்சிக்குப் பின்னால் அந்தப் பிரச்சினையைக் கணக்கிலெடுத்துக்கொள்ள வேண்டிய கட்டாயத்திற்கு அவர்கள் ஆளாக நேரிடும். வேறு வகையில் சொல்வதானால் நீங்கள் எந்த திக்கில் திரும்பினாலும் சாதி அரக்கன் வீதாற்றி உங்களை வழிமறிப்பான். அந்த அரக்கனைக் கொன்றொழித்தாலன்றி அரசியல் சீர்திருத்தமோ, பொருளாதாரச் சீர்திருத்தமோ பெறமுடியாது.

4

இன்றைக்கும் கூட சாதியை ஆதரிப்போர் இருப்பது வருந்துவதற்குரியது. சாதிக்கு ஆதரவாகக் கூறப்படும் வாதங்கள் ஏராளம். சாதி அமைப்பு என்பது தொழில் பிரிவின் மறு பெயரே. நாகரிகச் சமுதாயம் அனைத்திலும் இவ்வகைத் தொழில் பிரிவினை என்பது அவசியமான ஒன்றாகவே உள்ளது. எனவே சாதி அமைப்பில் தவறேதும் இல்லை என இது ஆதரிக்கப்படுகின்றது.

இதற்கு எதிராகக் கூறவல்ல முதல் கருத்து, சாதி அமைப்பு தொழில்களை மட்டுமே பிரிக்கவில்லை. தொழிலாளர்களையும் அது பிரிக்கின்றது. நாகரிகச் சமுதாயங்களுக்குத் தொழில் பிரிவினை தேவையானதுதான் என்பதில் ஐயமில்லை. ஆனால் எந்த நாகரிகச் சமுதாயத்திலும் தொழில் பிரிவினையோடு தொழிலாளர்களையே செயற்கையாகப் பிரிந்து இறுக்கமான தனித்தனி பிரிவாக்கியதில்லை. தொழிலாளர்களைப் பிரிப்பதோடு நின்றுவிடாததான சாதி முறை தொழிலைப்பிரிப்பதிலிருந்து முற்றிலும் வித்தியாசமானது. அவ்வாறு பிரிக்கப்பட்ட தொழிலாளர்கள் ஒருவர் மேல் ஒருவராக மேல் கீழ் ஏற்றத்தாழ்வாக வகைப்படுத்தும் முறை இது. இதுபோல தொழிலாளர்களை ஏற்றத்தாழ்வாக வகைப்படுத்திய தொழில் பிரிவினை வேறெந்த நாட்டிலும் இல்லை. சாதிமுறைக் கருத்துக்கு எதிரான மூன்றாவது மறுப்பு. அது இயல்பான போக்கில் உருவானது அல்ல. மனிதர்களின் இயற்கையான போக்கினாலும் அமைந்ததில்லை என்பதாகும்.

ஒருவர் தன் திறமைக்கும் ஆர்வத்திற்கும் ஏற்றவாறு ஒரு தொழிலைத் தானே தேர்ந்தெடுத்துக்கொண்டு தன் வழியில் செயல் படவும் தக்க வாய்ப்புகள் அமைவது சமூக மற்றும் தனிமனிதர் திறமைக்குத் தேவையானதாகும். சாதி அமைப்பு ஒருவரது வேலையை முன்கூட்டியே நிர்ணயித்துவிடுவதால் அதுவும் அவரவருடைய சுயமான பயிற்சித் திறமைகளுக்கு இடமில்லாமல் பெற்றோர்களின் சமூக நிலைக்குத் தக்கவாறு தேர்ந்தெடுக்கப்பட்டு விடுவதால் மேற்கூறிய கோட்பாடு அடிபட்டுப் போகிறது. தொழில் அடிப்படையில் அமைந்த இந்த ஏற்றத்தாழ்வினை வேறொரு கோணத்தில் நோக்கினால் அது நேரடியாகவே பேரழிவை உண்டாக்கக்கூடியது என்பது விளங்கும். தொழில் என்பதும் எப்போதும் மாறாத ஒன்றாக இருப்பதில்லை. அது வேகமான, திடீர் மாற்றங்களுக்கு உள்ளாகிறது. இந்த மாறுதல்கள் காரணமாகத் தனி மனிதனும் தன் தொழிலை மாற்றிக்கொள்ளும் சுதந்திரம் பெற்றிருக்க வேண்டும். மாறிவரும் சூழ்நிலைக்கேற்றவாறு ஒருவனுக்குத் தன்னை மாற்றிக்கொள்ளும் சுதந்திரம் இல்லா விட்டால் வாழ்வதற்குரிய தன் பிழைப்பைத் தேடிக்கொள்ள முடியாமற் போகும்.

பரம்பரைத் தொழில் அல்லாத வேறு எந்தத் தொழிலையும் செய்வதற்கு - அந்தத் தொழிலுக்கு ஆட்கள் தேவையாக இருந்த

போதிலும் கூட - இந்துக்களைக் சாதி அமைப்பு அனுமதிப்பது இல்லை. தன் சாதிக்கென்று ஒதுக்கப்பட்ட தொழலைத் தவிர வேறு புதிய தொழிலை மேற்கொள்வதைவிடப் பட்டினி கிடப்பதே மேல் என்று ஓர் இந்து இருப்பதற்குச் சாதி அமைப்புதான் காரணம். தொழில்களை மாற்றிக் கொள்ள சாதி அனுமதிப்பதில்லை. இதுவே நம் நாட்டில் வேலையில்லாத் திண்டாட்டத்திற்கும் காரணம். தொழில் பிரிவினை என்ற முறையில் சாதி முறையில் இன்னொரு பெரிய குறைபாடும் உள்ளது. இந்தச் சாதி முறையில் விதிக்கப்பட்டுள்ள தொழில் பிரிவினை சொந்த விருப்பத் தேர்வின் அடிப்படையில் அமைந்தது அல்ல.

தனி மனித விருப்புகளுக்கோ, முன்னுரிமைகளுக்கோ சற்றேனும் இவ்வகைப் பிரிவில் இடமில்லை. இது தலைவிதித் தத்துவத்தை அடிப்படையாகக் கொண்டது. சமூக மேம்பாட்டுத் திறனைக் கருத்தில் கொண்டு பார்க்கும்போது வறுமையையும், அதனால் விளையும் துன்பங்களையும் விட எண்ணற்ற மக்கள் தங்கள் விருப்பத்திற்காக இல்லாமல் வாழ்க்கைக்கென்று ஒரு தொழிலை மேற்கொண்டுள்ளனர் என்பது மிகப்பெரிய கொடுமை என்பது விளங்கும். இதுபோன்று தொழல் செய்வது மனிதரிடம் வெறுப்பையும், பகைமை, எண்ணத்தையும், தட்டிக் கழிக்கும். மனநிலையையும் வளர்க்கும். அநேக தொழில்களை செய்வோருக்கு அத்தொழிலின் மீது வெறுப்பை வளர்க்கிறது. இந்த இழிவைக் கருதி, அத்தொழிலைச் செய்யாமல் தட்டிக் கழிக்கவும், தப்பித்துக் கொள்ளவும் தூண்டுகிறது. மனம் விரும்பிச் செய்யாத தொழிலில் திறமையைக் காட்டத்தான் முடியுமா? தனி மனிதனின் இயற்கையான ஆற்றல்களுக்கும், இயல்பான விருப்பங்களுக்கும் எதிராகச் சமூக விதிகள் என்ற பெயரால் கட்டாயத்துக்குள்ளாக்குவதே சாதியின் தன்மையாக இருப்பதால் ஒரு பொருளாதார அமைப்பு என்ற வகையில் சாதி என்பது தீமை பயக்கின்ற ஒரு நிறுவனமே.

5

சாதி அமைப்பை நியாயப்படுத்துவதற்குச் சிலர் உயிர்நூல் கொள்கைகளை ஆதாரமாகக் காட்ட முயல்கின்றனர். இதைத் தூய்மையையும், இரத்தத் தூய்மையையும் காப்பதே சாதியின் நோக்கம் என இவர்கள் கூறுவர். உலக மக்களுக்குள்ளே

கலப்பில்லாத தூய்மையான மனித இனம் எங்குமே இல்லை என்பதும் உலகின் எல்லாப் பகுதிகளிலும் எல்லா இனங்களுக்கிடையிலும் கலப்பு இருந்தே வந்துள்ளது என்பதுமே மானுடவியலார் கருத்தாகும். குறிப்பாக இந்திய மக்களைப் பொறுத்தவரை இது முற்றிலும் பொருந்தும். 'இந்திய மக்களிடையே அந்நியக் கலப்பு' என்னும் நூலில் அதன் ஆசிரியர் திரு.டி.ஆர். பந்தார்க்கர் கூறியிருப்பதாவது,

"அந்நியக் கலப்பு இல்லாத சாதியோ, வகுப்போ இந்தியாவில் எதுவுமில்லை. படைவீரர் வகுப்பினரான ராஜபுத்திரர், மகாராஷ்டிரர் ஆகியோரிடையே மட்டுமல்ல. தாங்கள் எவ்வித அந்நியக் கலப்புக்கும் ஆளாகவில்லை என்கின்ற கனிப்பு மாயையில் ஆழ்ந்திருக்கும் பிராமணரிடையேயும் அந்நிய இரத்தக் கலப்பு இருக்கவே செய்கிறது."

சாதிமுறை இனக் கலப்பைத் தடுக்கவோ, இரத்தத் தூய்மையைக் காப்பதற்கோ உருவானதன்று. உண்மையில் பார்க்கப் போனால், இந்திய இனங்கள் தமக்குள் இரத்தத்தாலும், கலாச் சாரத்தாலும் இரண்டறக் கலந்ததற்கு நெடுங்காலத்திற்குப் பின்னர் தான் சாதிமுறை நடைமுறைக்கு வந்தது. சாதி பாகுபாடு என்பது உண்மையில் இனப் பாகுபாடே என்பதும், பல்வேறு சாதிகளும் வெவ்வேறான இனங்களே என்பதும் உண்மைகளைத் திரித்துக் கூறுவதாகும். பஞ்சாபிலுள்ள பிராமணனுக்கும் சென்னையிலுள்ள பிராமணனுக்கும் இடையில் இன வழியில் என்ன ஒற்றுமை உள்ளது? வங்கத்திலுள்ள தீண்டாதானுக்கும், சென்னை தீண்டாதானுக்கும் இடையே என்ன ஒற்றுமை உள்ளது? பஞ்சாப் பிராமணனுக்கும், சென்னை தீண்டாதானுக்கும் இடையே என்ன இனவழியிலான வேறுபாடு உள்ளது. சென்னை பிராமணனுக்கும், சென்னை பறையனுக்கும் இடையே உன்ன இனவழியிலான வேறுபாடு உள்ளது. பஞ்சாப் பிராமணனும், பஞ்சாப் சமரும் சென்னை பிராமணனும், சென்னை பறையனும் இனவழியில் ஒரே கூட்டத்தைச் சேர்ந்தவர்களே.

சாதிமுறை இனவழியிலான பிரிவினையைக் காட்டுவதாக இல்லை. ஒரே இனத்தைச் சேர்ந்த மக்களின் சமூக வழியிலான பிரிவினையாகச் சாதி உள்ளது. சாதிமுறை இனவழியிலான பிரிவினை என்றே கொண்டாலும் ஒரு கேள்வி எழுகிறது. கலப்பு

மணத்தின் வாயிலாக வேறுபட்ட இனங்களைச் சேர்ந்த மக்களுக்கிடையே இனக்கலப்பும் இரத்தக் கலப்பும் ஏற்பட அனுமதித்தால் என்ன பாதகம் ஏற்பட்டுவிடும்? அறிவியல் மனிதர்களையும், விலங்குகளையும் வெவ்வேறு உயிரினங்கள் என்று ஏற்றுக் கொள்டுள்ளதற்கேற்ப மனிதர்கள் ஐயத்திற்கிடமின்றி விலங்கிலிருந்து வேறுபட்டவர்கள்தான். இனத்தூய்மையில் நம்பிக்கை கொண்டுள்ள அறிவியலாரும்கூட வேறுபட்ட இனங்களை வேறுபட்ட மனித வகைகள் (Species of Men) என்று கொள்வதில்லை. அவர்கள் ஒரே மனித வகையின் பல்வேறு விதத்தினர் ஆவர். வெவ்வேறு இனத்தைச் சேர்ந்த மனிதர்கள் தங்களுக்கு இடையில் மணம் புரிந்துகொண்ட சந்ததியைப் பெருக்க முடியும். அந்தச் சந்ததியினர் இனப்பெருக்கம் செய்யும் திறனுள்ளவர்களாகவே இருப்பார்கள். மலடாக இருக்க மாட்டார்கள். சாதி முறைக்கு ஆதாரமாகப் பாரம்பரியம், இன மேம்பாட்டியல் தொடர்பாகப் பல்வேறு அறிவுத்கொவ்வாத கருத்துக்கள் பரப்பப்பட்டு வருகின்றன. புத்திசாலித்தனமான இனச்சேர்க்கை மூலம் ஒரு இனத்தை மேம்படுத்துவாத இன மேம்பாட்டியலின் அடிப்படைக் கொள்கை. இந்தக் கொள்கைப்படி சாதி அமைந்திருந்ததானால் ஒரு சிலரே அதை எதிர்ப்பார்கள். ஆனால் சாதிமுறையில் இத்தகைய சிறந்த இனச் சேர்க்கை எப்படி சாத்தியமாகும்? பல்வேறு சாதிகளைச் சேர்ந்த மக்கள் தமக்குள் கலப்பு மணப் புரிவதைத் தடுக்கும் எதிர்முறை அமைப்பாகவே சாதிமுறை அமைந்துள்ளது. ஒரு குறிப்பிட்ட சாதியைச் சேர்ந்த எந்த ஆணும் பெண்ணும் திருமணம் செய்து கொள்வதற்காக நேரடியாகத் தேர்ந்தெடுத்துக்கொள்ளும் அமைப்பாக அது இல்லை.

சாதியின் தோற்றத்திற்கு இன மேம்பாட்டியமே காரணமென்றால் சாதிப் பிரிவுகளுக்கும் அதுவே காரணமாக இருக்க வேண்டும். ஆனால் சாதிப் பிரிவுகளுக்கு இன மேம்பாட்டியல் கோட்பாடு காரணம் என எவராவது துணிந்து கூற முடியுமா? அப்படிக் கூறினால் அது மடத்தனமாகும். கைப்புண்ணுக்குக் கண்ணாடி தேவையில்லை. சாதி என்பது இனத்தைக் குறிப்பது எனக் கொண்டால், சாதிப் பிரிவுகள் அல்லது உபசாதிகளுக்கிடையே உள்ள வேறுபாடு இன வேறுபாடுகளைக் குறிப்பதாக இருக்க முடியாது. ஏனெனில் பல்வேறு உபசாதிகள் ஒரே இனத்தின் உபபிரிவுகளே. அவ்வாறானால் உபசாதிகளுக்கு இடையே கலப்பு

மணத்திற்கும் சமபந்தி விருந்திற்கும் எதிராக உள்ள தடை இனத்தூய்மையையோ அல்லது இரத்தத் தூய்மையையோ காக்கும் நோக்கம் கொண்டதாக இருக்க முடியாது என்ற நிலையில் சாதியின் தோற்றத்திற்கு இனமேம்பாட்டு நோக்கமே அடிப்படை என்று முடிவு கட்டுவது எந்த வகையிலும் பொருளற்றது. சாதியின் தோற்றத்திற்கு இன மேம்பாட்டு நோக்கமே அடிப்பபடை என்றால் கலப்பு மணம் தடுக்கப் பட்டிருப்பதற்கும் காரணத்தைப் புரிந்துகொள்ளலாம். ஆனால் சாதிகளுக்கும் உபசாதிகளுக்கும் இடையிலும் சமபந்தி போசனம் தடுக்கப்பட்டிருப்பதன் நோக்கம் என்ன? சமபந்தி விருந்தினால் இரத்தத் தூய்மை கெட்டுவிடுமோ? எனவே இது இனத்தின் மேம் பாட்டுக்கோ அல்லது சீர்கேட்டுக்கோ காரணமாக இருக்க முடியாது. சாதியின் தோற்றத்திற்கு அறிவியல் அடிப்படை ஏதுமில்லை என்பதையே இது காட்டுகின்றது. எனவே இன மேம்பாட்டு நோக்கமே சாதிக்கு அடிப்படை என்பவர்கள் அறவே அறிவியல் சார்பில்லாத சாதி முறைக்கு அறிவியல் தன்மை ஏற்றிக் கூறுகிறார்கள். பரம்பரை இயல்புகளின் விதிகள் பற்றிய திட்டவட்டமான அறிவை நாம் பெறாதவரை இன மேம்பாட்டியல் என்பது இன்றைய நாளிலும் கூட நடைமுறை சாத்தியம் இல்லாத ஒன்றாகவே இருந்துவிடும். பேராசிரியர் பேட்சன் (Batesor) என்பார் தமது 'பரம்பரைப் பண்புகள் பற்றிய மெண்டலின் கொள்கைகள் (Mendel's Princciples of Heredity) நூலில்,

"ஒரு குறிப்பிட்ட வம்சாவழியின் உயர் பண்புகள் பரம்பரை பரம்பரையாக அந்த வம்சாவழியைச் சார்ந்த மக்களுக்கு ஒரு குறிப்பிட்ட முறையில்தான் வந்தடைகின்றன என்று கூற முடியாது. இத்தகைய உயர்குணங்களும் குறிப்பிட்டத்தக்க வளர்ச்சி அடைந்த உடலாற்றலும் மக்களை வந்தடைவது மரபியல் அம்சத்தைப் பெற்றிருப்பதால் மட்டுமல்ல, வேறு பல காரணிகளும் ஒன்றிணைவதால்தான்" எனக் கூறியுள்ளார்.

சாதிமுறை இன மேம்பாட்டு நோக்கம் கொண்டது என வாதிடுவார் தற்காலத்தில் அறிவியல் அறிஞர்களுக்கே இல்லாத பாரம்பரியம் பற்றிய அறிவு. இன்றைய இந்துக்களின் முன்னோர் களுக்கு அன்றே இருந்தது என்று ஏற்றிக் கூறும் கூற்றே ஆகும். பழத்தைப் பார்த்துதானே அதன் மரம் எப்படிப்பட்டதென மதிப்பிட முடியும்? சாதி, இன மேம்பாட்டை நோக்கமாகக் கொண்டது என்றால்

சாதிமுறை எத்தகைய மனிதர்களை உருவாக்கி இருக்க வேண்டும்? உடல் வளர்ச்சியை வைத்துப் பார்த்தால் இந்துக்கள் மிகவும் தரம் குறைந்த நிலையில் அல்லவா இருக்கிறார்கள். வளர்ச்சியிலும் ஆற்றலிலும் குறைந்த குள்ளர்களின் சந்ததியராகத்தானே இருக்கிறார்கள். 100க்கு 90பேர் இராணுவத்திற்கு தகுதியற்றவர்கள் என அறிவிக்கப்பட்டவர்களைக் கொண்ட நாடு இது. இன்றைய அறிவியலறிஞர்கள் கூறும் 'இனமேம்பாட்டியலை' (Eugenic) சாதிமுறை அடிப்படையாகக் கொண்டிருக்கவில்லை. தங்களின் விடத் தாழ்ந்த நிலையில் இருந்தவர்கள் மீது அதனைத் திணிக்கும் ஆற்றலைப் பெற்றவர்களுமான கொடுமை படைத்த இந்துக்களின் ஆணவத்தையும், சுயநலத்தையும் சாதிமுறை அடிப்படையாகக் கொண்டுள்ளது என்பதையே காட்டுகின்றது.

6

சாதி, பொருளாதார மேம்பாட்டுக்கும் நன்மை தரக்கூடியதல்ல சாதி இனமேம்பாட்டுக்கும் உதவவில்லை. அவ்வாறு உதவவும் அதனால் முடியாது சாதி. இந்துக்களை முற்றிலுமாகச் சிதைத்துச் சீரழித்துச் சின்னாபின்னமாக்கியுள்ளது.

முதலாவதாகவும் முக்கியமானதாகவும் நாம் புரிந்துகொள்ள வேண்டியது இந்து சமூகம் என்பதே. வெறும் கற்பனை என்பது தான் 'இந்து' என்ற பெயரே ஓர் அன்னியப் பெயர்தான். இந்த நாட்டு மக்களிடமிருந்து தங்களைத் தனித்துக் காட்டுவதற்கு முகம்மதியர் வைத்த பெயர்தான் 'இந்து' என்பது முகம்மதியரின் படையெடுப்புக்கு முந்தைய எந்த சமஸ்கிருத நூலிலும் 'இந்து' என்ற சொல் காணப்படவில்லை. இந்துக்களுக்குப் பொதுவானதொரு சமூகம் என்ற சிந்தனை இல்லாதிருந்த காரணத்தால் தங்களுக்குப் பொதுவானதொரு பெயர் தேவை என்பதை அவர்கள் உணரவில்லை. சொல்லப்போனால் இந்து சமூகம் என்ற ஒன்று இல்லை. இருப்பதெல்லாம் பல சாதிகளின் தொகுப்பே ஆகும். ஒவ்வொரு சாதியும்தான் ஒரு தனித்த சாதியாக இருப்பதாகவே உணர்கின்றேன். ஒரு சாதி என்ற அளவில்தான் இருப்பது பற்றிய உணர்வு மட்டுமே ஒவ்வொரு சாதிக்கும் முதலும் முடிவுமான குறிக்கோளாக உள்ளது. பல சாதிகளும் ஒரு கூட்டமைப்பாகக் கூட ஆகவில்லை. இந்து முஸ்லீம் கலவரம் ஏற்படும் சமயங்கள்

தவிர்த்த பிற சமயங்களில் பிற சாதிகளோடு தம் சாதிக்கு உறவு உண்டு என்று எந்த சாதியினரும் உணர்வதில்லை. மற்ற சமயங்களில் ஒவ்வொரு சாதியும் பிற சாதிகளிடமிருந்து தம்மைத் தனிமைப்படுத்திக் கொள்ளவும், வேறுபடுத்திக் காட்டிக் கொள்ளவுமே முயல்கின்றன.

ஒவ்வொரு சாதியினரும் தத்தம் சாதிக்குள்தான் மணவுறவு கொள்கின்றனர் என்பது மட்டுமல்ல. ஒரே வரிசையில் அமர்ந்து விருந்துண்பதும் கூட தம் சாதியினரோடுதான் மேலும் ஒவ்வொரு சாதியினரும் உடுத்த வேண்டிய உடை என்பதைக்கூட அந்தந்த சாதியினரே தெளிவாக வரையறுத்திக் கொண்டுள்ளனர். இந்திய நாட்டின் ஆண்களும், பெண்களும் எண்ணற்ற விதங்களில் உடையணிந்து சுற்றுலாப் பயணிகள் வேடிக்கையாகப் பார்க்கத் தக்க அளவுக்குக் காட்சிப் பொருள்களாக நிற்பதற்கு வேறென்ன விளக்கம் தரமுடியும்? உண்மையில் உண்மையான இந்து, வேறு எவருடனும் தொடர்புகொள்ளாமல் தன் வளையிலேயே வாழ்ந்து கொண்டிருக்கும் எலியாகவே இருக்க வேண்டும்.

சமூகவியலார் கூறும் 'குழு உணர்வு' இந்துக்களிடம் அறவே இல்லாத ஒன்றாகும். நாம் அனைவரும் இந்துக்கள் என்ற உணர்வு அவர்களிடம் இல்லை. ஒவ்வொரு இந்துவிடத்திலும் இருக்கும் உணர்வு தன் சாதி உணர்வு மட்டும்தான். இதனால் இந்துக்களை ஒரு சமூகமாகவோ அல்லது நாடாகவோ கொள்ள முடியவில்லை. அவர்கள் தமக்கென ஒரே சீரான வடிவமற்ற மக்கள் கூட்டமாகவே உள்ளனர். எனினும், இந்த உண்மையை இந்தியர்களுள் பலர் தம் நாடுப்பற்று காரணமாக ஏற்றுக்கொள்ள மறுக்கிறார்கள். வெளிப் படையாகத் தெரிகின்ற வேற்றுமைகளுக்கிடையில் இந்திய நாடு முழுமைக்கும் பரவி காணப்படும். பழக்க வழக்கங்கள் நம்பிக்கைகள், சிந்தனைகள் ஆகியவற்றில் ஒத்த தன்மை இருப்பதென்னவோ உண்மைதான். இதனால் இந்துக்கள் ஒரு சமூகமாக அமைகின்றனர் என்ற முடிவு ஏற்றுக்கொள்ளத் தக்கதாக இல்லை. அவ்வாறு ஏற்றுக் கொள்வது ஒரு சமூகம் என்று சொல்வதற்குரிய அடிப்படை காரணிகளையே தவறாகப் புரிந்துகொள்வதாக ஆகும்.

நெடுந்தொலைவில் இருப்பதால் ஒருவன் தன் சமூகத்தில் உறுப்பாக இருக்கக் கூடாதவனாகி விடுவதுமில்லை. மனிதர் பலர் நெருங்கி வாழ்வதால் மட்டும் அவர்கள் ஒரே சமூகத்தினர் என்றாகி

விடவும் மாட்டார்கள். இரண்டாவதாக பழக்கவழக்கங்கள், நம்பிக்கைகள், சிந்தனைகள் ஆகியவற்றில் காணப்படும் ஒத்த தன்மை மட்டுமே மனிதர்களை ஒரு சமூகமாக ஒன்றிணைக்கப் போதுமானது அல்ல. செங்கற்களை ஒருவர் மற்றொருவருக்குக் கைமாற்றித் தருவது போலப் பழக்கவழக்கங்கள் நம்பிக்கைகள் சிந்தனைகள் போன்றவற்றையும் ஒரு கூட்டத்தார் மற்றொரு கூட்டத் தாருக்கு கைமாற்றலாம். இதனால் இவ்விரு கூட்டத்தாருக்கும் இடையில் ஒற்றுமை இருப்பதுபோல தோன்றலாம். கலாச்சாரம் தொடர்பு மூலம் பரவுகின்றது.

இதனாலேயே பல்வேறு பழங்குடி மக்கள் நெருங்கி வாழாத போதிலும் பழக்கவழக்கங்கள் நம்பிக்கைள், சிந்தனைகள் முதலியவற்றில் அவர்களுக்கிடையே ஒற்றுமை காணப்படுகிறது. பழங்குடியினரிடையே இந்த ஒற்றுமை இருப்பதைக் கணக்கில் கொண்டு பழங்குடியினர் எல்லோருமே ஒரே சமூகத்தினர் என எவரும் கூறார். ஒரு சில அம்சங்களில் காணப்படும் ஒற்றுமை ஒன்றினால் மட்டுமே சமூகம் ஒன்று உருவாகப் போதுமானதாகாது. மக்கள் தங்களுக்குள் பொதுமைத் தன்மைகளைக்கொண்டிருக்கும் போதுதான் ஒரு சமூகமாக உருக்கொள்கின்றனர். மக்கள் ஒத்த தன்மையைப் பெற்றிருப்பது என்பதும் தமக்குள் பொதுவானவற்றைப் பெற்றிருப்பது என்பதும் ஒன்றுக்கொன்று வேறுபாடு உடையது ஆகும்.

மக்கள் ஒருவரோடு ஒருவர் கலந்து உறவாடுவதால் மட்டுமே தமக்குள் பொதுவானவற்றைப் பெறுகிறார்கள். அதாவது சமூகம், மக்கள் கலந்து உறவாடுவதால் மட்டுமே சமூகமாகிறது. ஒருவர் பிறருடைய செயற்பாடுகளோடு ஒத்த முறையில் செயற்பட்டால் மட்டும் போதாது. அவை ஒத்த தன்மையானவாக இருந்தாலும் இணையான செயல்கள் மக்களைச் சமூகமாக ஒன்றிணைக்காது. பலவகைச் சாதிகளைச் சேர்ந்த இந்துக்கள் கொண்டாடும் திரு விழாக்கள் ஒரே மாதிரியாக இருந்த போதிலும் ஒருவரைப் போலவே இன்னொரு சாதியினர் ஒன்று கலவாமால் கொண்டாடுவதால் சாதிகள் ஒரே சமூகமாக இணைந்து விடுவதிலலை.

அவ்வாறு இணைய வேண்டுமானால் மக்கள் பொதுவான நடவடிக்கைகளில் பங்கு பெறுவதும் பகிர்ந்துகொள்வதும் அவசியம். காரணம் ஒன்றிணைந்து செயல்படுவதால் அவர்களிடையே எழும்

உணர்வுகள் ஒன்றாகின்றன. கூட்டு நடவடிக்கைகளில் தனி மனிதன் பங்கு பெறவும் பகிர்ந்துகொள்ளவும் நேரும்போதுதான் அந்தக் கூட்டு நடவடிக்கையின் வெற்றியைத் தன் வெற்றியாகவும் தோல்வியைத் தன் தோல்வியாகவும் அவன் உணருவான். இந்த உணர்வே மக்களை ஒருங்கிணைத்து ஒரே சமூகமாக ஆக்குகின்றது. சாதி முறையோ இவ்வாறு கூடிச் செயலாற்றுவதைத் தடுப்பதால் சாதிமுறை இந்துக்கள் ஒருங்கிணைத்து வாழ்ந்து உணர்வு கலந்த ஒரு சமூகமாக உருவாவதைத் தடுக்கின்றது.

7

ஒரு கூட்டத்தார் மற்றவர்களோடு கலவாமல் தனித்தும் ஒதுங்கியும் வாழ்கிறார்கள் என்றும், அந்தக் கூட்டத்தாரிடம் சமூக நேச உணர்வு இல்லை என்றும் இந்துக்கள் அடிக்கடி குறைப்பட்டுக் கொள்கின்றனர். ஆனால் இந்த சமூக நேச உணர்வின்மை அவர்களுடைய சாதிமுறையின் இழிவான தன்மை என்பதை வசதியாக மறந்துவிடுகின்றனர். கடந்த உலகப்போரின்போது ஜெர்மானியர்கள் ஆங்கிலேயரை எந்த அளவுக்கு வெறுத்து வசை பாடினார்களோ அதே அளவில் ஒவ்வொரு சாதியினரும் பிற சாதியினரை வெறுத்து வசைபாடி மகிழ்ந்தனர். இந்துக்களின் இலக்கியங்களில் மலிந்து கிடக்கும் சாதி வழிமுறைப் பட்டியல் கதைகளில் ஒரு சாதிக்கு உயர்வான பிறப்பிடமும் பிற சாதிகளுக்கு இழிவான பிறப்பிடமும் கற்பிக்கும் முயற்சி நடந்துள்ளது. இவ்வகை இலக்கியங்களுக்குச் ‘சாஹியத்ரி காண்டம்’ என்றும் நூல் பேர் போனதொரு எடுத்துக்காட்டாகும். சமூக தேச உணர்வு இல்லாமை சாதி அளவில் நின்றுவிடவில்லை. ஆழமாகப் பரவி சாதி உட்பிரிவுகளுக்கு இடையேயும் நல்லுறவைக் கொடுத்துவிட்டது என் மாகாணத்தில் கோலக் பிராமணர்களும், தியோருக பிராமணர்களும், கரட பிராமணர்களும், பால்சி பிராமணர்களும், சித்பவன் பிராமணர்களும் தங்களைப் பிராமண சாதியின் உட்பிரிவுகள் எனக் கூறிக் கொள்கின்றனர். ஆனால் இவர்களுக்கு இடையிலேயும் சாதி வெறுப்பும், வேறுபாடும் உள்ளது. பிராமணர்களுக்குப் பிராமணரல்லாதோருக்குமிடையே எந்த அளவுக்குக் குறிப்பிடத்தக்கதாகவும் கொடூரமானதாகவும் இருக்கிறதோ அந்த

அளவுக்கு இந்தப் பிராமணர் உட்பிரிவுகளுக்குள்ளும் காழ்ப்புணர்ச்சி இருந்து வருகின்றது. இதில் புதுமை ஏதுமில்லை. எங்கெல்லாம் ஒரு கூட்டம் தம் சொந்த நலன்களைக் காத்துக் கொண்டுள்ளதோ அங்கெல்லாம் இந்தச் சமூக விரோத வெறுப்பு மனப்பான்மை காணப்படும். இந்தச் சமூக விரோத மனநிலையே அந்தக் கூட்டத்தார் மற்ற கூட்டத்தாரோடு முழுமையாகக் கலந்து உறவாடுவதைத் தடுக்கிறது. இதன் மூலம் அந்தக் கூட்டத்தார் நான் பெற்றுள்ள 'சொந்த நலன்களைக்' காத்துக் கொள்ள முடிகிறது. இதுவே அதன் முதன்மையான நோக்கமுமாகும்.

நாடுகள் எவ்வாறு தம் தன்னலம் கருதித் தனித்திருக்க முற்படுகின்றனவோ அவ்வாறே பல்வேறு சாதிகளும் தன்னலங்கருதிப் பிறரோடு உறவின்றி துணித்து வாழ முற்படுகின்றன. இந்தத்தன்மைதான் சாதிகளிடம் உள்ள சக விரோத மனப்பான்மையாக வெளிப்படுகிறது. இந்தத் தன்னலப் போக்கினை எல்லாச் சாதியாரிடமும் காணலாம். பிராமணரல்லாதாருக்கு எதிராகப் பிராமணர்கள் தங்கள் சொந்த நலன்களைக் காத்துக் கொள்ளும் முனைப்பு இருப்பது போலவே பிராமணர்களுக்கு எதிராகப் பிராமணரல்லாதார் தங்கள் சொந்த நலன்'களைக் காத்துக் கொள்ளும் முனைப்பும் இருக்கிறது. எனவே இந்துக்கள் பல்வேறு சாதிகள் சேர்ந்த கதம்பமாக மட்டுமல்லாமல் தம் சொந்த நலன்களுக்காக சுயநல நோக்கங்களுக்காக ஒருவரோடு ஒருவர் போட்டி பூசலிடுகின்ற குணமுள்ள குழுக்களாகவும் உள்ளனர்.

சாதி முறையில் வருந்தத்தக்க மற்றொரு போக்கும் உண்டு. நெடுங்காலத்திற்கு முன் இங்கிலாந்தில் 'ரோஜா யுத்தமும், கிராம்வெல் யுத்தமும் நடந்தபோது இப்போதுள்ள ஆங்கிலேயரின் முன்னோர்கள் அந்தப் போர்களில் இரு தரப்பாகப் பிரிந்து போரிட்டனர். அதனால் அவர்களின் இன்றைய சந்ததியினர் அன்று போரிட்டது காரணமாக ஒருவரிடம் ஒருவர் எந்தவிதமான வெறுப்பையோ வன்மத்தையோ கொண்டிருக்கவில்லை. அந்தப் பூசலை மறந்துவிட்டனர். ஆனால் அன்றைய பிராமணர்களின் மூதாதையர் சிவாஜியை அவமதித்ததை இன்றைய பிராமணர்களின் மூதாதையர் சிவாஜியை அவமதித்ததை இன்றைய பிராமணரல்லாதார் மன்னித்து மறக்க முடியவில்லை. முற்காலத்தில் பிராமணர்கள், காயஸ்தர்களை அவமதித்ததால் இன்றைய

காரியஸ்தர்கள் பிராமணர்களை மறக்கவில்லை. இந்த முரண்பாட்டிற்குக் காரணம் என்ன? இதற்குக் காரணம் சந்தேகமில்லாமல் சாதிமுறைதான் என்று கூறி விடலாம். சாதிகளும் சாதி உணர்வும் மக்கள் தம் பழம்பகையை மறக்காமல் காத்துவரக் காரணமாகிவிட்டன. மக்களிடையே ஒருமைப்பாட்டைச் சீர்குலைத்து விட்டன.

8

விலக்கப்பட்ட பிரதேசங்கள் எவை. ஓரளவு இணைக்கப்பட்ட பிரதேசங்கள் எவை என்பது பற்றி அண்மையில் நடந்த விவாதம் இந்தியாவிலுள்ள மழைவாழ் பழங்குடி மக்களின் நிலையைப் பற்றிக் கவனம் செலுத்தத் தூண்டியுள்ளது. இவர்களின் எண்ணிக்கை குறைந்தது 130 இலட்சமாவது இருக்கலாம். புதிய அரசியலமைப்பில் அவர்களைச் சேர்க்காமல் விலக்கி வைப்பது முறையா இல்லையா என்ற கேள்வி ஒருபுறம் இருந்தாலும் இந்த நாட்டின் நாகரிகம் ஆயிரக்கணக்கான ஆண்டுகள் தொன்மையுடையது என்ற பெருமையடித்துக் கொள்ளும் அதே நேரத்தில் இங்குள்ள பழங்குடி மக்கள் தம் தொடக்கக் காலத்திலிருந்தது போன்ற நாகரிகமற்ற நிலையில் மூழ்கிக் கிடக்கிறார்கள் என்பதுதான் உண்மைநிலை அவர்கள் நாகரிகமற்றவர்களாக இருப்பது மட்டுமல்லாது அவர்களில் பலர் மேற்கொண்டுள்ள தொழில் காரணமாகக் குற்றப்பரம்பரையினர் என்றும் வகைப்படுத்தப் பட்டுள்ளனர். இவ்வளவு நாகரிக வளர்ச்சிக்கு இடையில் 130 இலட்சம் மக்கள் நாகரிகமற்றவர்களாகவும் குற்றப் பரம்பரையினராகவும் வாழ்க்கை நடத்த வேண்டிய அவலம் உள்ளது என்பதற்காக இந்துக்கள் எவரும் எப்பொழுதும் வெட்கித் தலைக் குனிந்ததில்லை. என்னுடைய கருத்தில் இது வேறு எங்கும் காண முடியாத விநோத நிகழ்ச்சி என்பேன். இந்த வெட்கக்கேடான நிலைக்குக் காரணமென்ன? இந்தப் பழங்குடி மக்களை நாகரிகமுள்ளவர்களாக ஆக்கவும், கண்ணியமான வாழ்க்கையை மேற்கொள்ளவும் அவர்களை வழிநடத்திச் செல்வதற்கு எந்த ஒரு முயற்சியும் மேற்கொள்ளப்படாதது ஏன்? பழங்குடியினர் பிறவியிலேயே மூடர்களாக அமைந்து விட்டதுதான் அவர்களின் நாகரிகமற்ற நிலைக்கு காரணம் என்று கூற இந்துக்கள் முற்படலாம். இந்தப் பழங்குடி மக்களை நாகரிகமுள்ளவர்களாக ஆக்கவும்

மருத்துவ உதவிகள் செய்யவும், சீர்திருத்தவும் நல்ல குடிமக்களாக ஆக்கவும் இந்துக்கள் எவ்வித முயற்சியும் மேற்கொள்ளாததுதான் அவர்கள் நாகரிகமற்றவர்களாக நீடிக்கக் காரணம் என்பேன். இதை ஏற்றுக்கொள்ள இந்துக்கள் மறுக்கலாம்.

ஒருவேளை கிறிஸ்தவ மிஷனரிகள் பழங்குடியினருக்காகச் செய்யும் ஊழியங்களை இந்து ஒருவன் செய்ய விரும்புவதாக வைத்துக்கொள்வோம். அவனால் அதைச் செய்யமுடியாதா? முடியாது என்றே பணிவுடன் கூறுவேன். காரணம் இந்தப் பழங்குடி மக்களை நாகரிக மக்களாக ஆக்குவது என்றால் அவர்களோடு இணைந்து அவர்களை உறவினராக நடத்த வேண்டும். அவர்களுக்குள் ஒருவராகவே வாழ வேண்டும். தோழமை உணர்வை வளர்க்க வேண்டும். சுருக்கமாகச் சொல்வதென்றால் அவர்களை நேசிக்க வேண்டும். ஒரு இந்து இவற்றையெல்லாம் செய்வது சாத்தியப்படுமா? தன் சாதியைப் பேணிக் காப்பதே ஒரு இந்துவின் வாழ்க்கை இலட்சியம். தன் சாதி என்பது ஒவ்வொரு இந்துவுக்கும் விலைமதிக்கவொண்ணாத பெரும் சொத்து எப்பாடு பட்டாவது ஒவ்வொரு இந்துவும் அதைக் காப்பாற்றியே தீரவேண்டும். வேதகாலத்து ஆரியரல்லாதவர்களின் வழிவந்த பழங்குடி மக்களோடு தொடர்புகொள்வதன் மூலம் சாதி என்னும் உடமையை இழக்க எந்த இந்துவாலும் முடியாது தாழ்ந்து கிடக்கும் மனிதனுக்குத் தான் செய்ய வேண்டிய கடமை பற்றிய உணர்வை ஒரு இந்துவுக்கு எவராலும் கற்பிக்க முடியாது என்று நான் கூறமாட்டேன். வேறு எந்தக் கடமை உணர்வும் ஓர் இந்துவைத் தன் சாதியைக் காப்பாற்றுவது என்ற கடமையை மீறும்படிச் செய்ய முடியாது என்பதுதான் இங்குள்ள சங்கடமான நிலைமை. இவர்கள் பெற்றுள்ள இவ்வளவு நாகரிக வளர்ச்சிக்கும் மத்தியில் நாகரிகமற்ற மக்கள் நாகரிகமற்றவர்களாகவே நீடிப்பதை எந்தவித வெட்கமோ வேதனையோ, மனச்சான்றின் உறுத்துதலோ இல்லாமல் இந்துக்கள் அனுமதித்திருப்பதற்குக் காரணம் சாதி என்பதுதான் சரியான விளக்கமாகும். பழங்குடியினரின் இந்த நிலைமை எப்படி உள்ளுக்குள்ளே செயற்படும் அபாயத்திற்கு இடமாக உள்ளது என்பதை இந்துக்கள் உணரவே இல்லை. இவர்கள் இப்படியே நாகரிகமற்றவர்களாக நீடித்தால் இந்துக்களுக்கு இவர்களால் எவ்வித இடைஞ்சலும் இருக்காது. ஆனால் இந்துவல்லாத மதத்தவர்கள்

இவர்களை மீட்டுத் திருத்தித் தம் மதத்தில் சேர்த்துக்கொண்டால் இந்துக்களின் பகைவர்கள் தொகை பெருகி விடும். இந்த நிலைமை ஏற்பட்டால் இந்துக்கள் தங்களையும், தங்களுடைய சாதி முறையையும்தான் நொந்துக் கொள்ள நேரிடும்.

9

நாகரிகமற்ற மக்களை நாகரிகமுள்ளவர்களாக ஆக்குவதற்கு இந்துக்கள் மனிதநேய அடிப்படையில் எவ்வித முயற்சியும் மேற்கொள்ளவில்லை என்பது மட்டுமல்ல. இந்து மதத்தின் பிடியிலுள்ள கீழ்ச்சாதியினர் மேல் சாதியினரின் கலாச்சார நிலைக்கு உயர் வடைவதையும் அவர்கள் திட்டமிட்டுத் தடுத்துள்ளனர். இதற்கு இரு எடுத்துக்காட்டுகள் கூறலாம். ஒன்று சோனார்கள் பற்றி இன்னொன்று பதேரி பிரபுக்கள் பற்றியது இவ்விரு சமுகத்தினரும் மராட்டிய மாநிலத்தில் நன்கு அறிமுகமான சாதியினர். மற்ற சமூகத்தாரைப் போலவே இந்த இரு சமூகத்தாரும் ஒருசமயம் தங்கள் சமூக அந்தஸ்தை உயர்த்திக்கொள்ள விரும்பி, பிராமணர்களின் பழக்க வழக்கங்களைம் வழிமுறைகளையும் பின்பற்றத் தொடங்கினர் சோனார்கள்.

“தைவந்த்ய பிராமணர்கள்' என்று தங்களை அழைத்துக் கொண்டு அதற்கேற்ப நடந்துகொண்டனர். வேட்டியை பஞ்ச கச்சமாகக் கட்டிக் கொண்டு வணக்கம் என்று சொல்வதற்குப் பதிலாக ‘நமஸ்கார்' என்ற சொல்லைப் பயன்படுத்தினர். பஞ்சகச்சமும், நமஸ்காரம் என்று சொல்லுதலும் பிராமணர்களுக்கு உரியது. எனவே சோனார்கள் தங்கள் போக்கைப் பின்பற்றித் தங்களைப் போல் பவனி வருவதைப் பிராமணர்கள் விரும்பவில்லை. ஆகவே, பிராமணப் பழக்கவழக்கங்களைப் பின்பற்றி சோனார்கள் மேற்கொண்ட முயற்சியை அப்போது ஆட்சியிலிருந்த பேஷ்வாக்களின் துணை கொண்டு பிராமணர்கள் வெற்றிகரமாக முறியடித்தனர். பம்பாயில் வாழ்ந்த சோனார்கள் மீது இதற்காக ஒரு தடை உத்தரவைக் கூட கிழக்கிந்திய கம்பெனியார் கவுன்சிலின் தலைவர் பிறக்குக்குமாறு செய்தனர்.

ஒரு காலகட்டத்தில் கைம்பெண் மறுமணத்தைப் பதேரி பிரபு சாதியினர் தம் சாதி வழக்கமாகக் கொண்டிருந்தனர். பிராமண சாதியில் கைம்பெண் மறுமண வழக்கம் இல்லை என்ற குறிப்பான

காரணத்தால் பிற்காலத்தில் பதேரி பிரபு சாதியில் சிலர் கைம்பெண் மறுமணம் இழிவான ஒரு சமுதாய நிலையின் அடையாளம் எனக் கருதத் தொடங்கினர். தங்கள் சாதியின் சமூக அந்தஸ்தை உயர்த்தும் நோக்கத்துடன் அதுவரையில் அவர்களிடையே வழக்கில் இருந்த கைம்பெண் மறுமண வழக்கத்தைக் கைவிடச் சில பதேரி பிரபுக்கள் முனைந்தனர். இந்த முயற்சி அவர்கள் சாதிக்குள்ளேயே பிளவை உண்டாக்கியது. ஒரு பிரிவினர் கைம்பெண் மறுமணத்தை ஆதரித்தனர். பிறர் அதனை எதிர்த்தனர். பேஷ்வாக்கள் கைம்பெண் மறுமணத்திற்கு ஆதரவான பிரிவினருக்குத் துணையாக இருந்து பிராமணப் பழக்கவழக்கங்களைப் பதேரி பிரபுக்கள் பின்பற்றாதவாறு தடுத்தனர்.

முகம்மதியர்கள் ஆயுத பலத்தைக் காட்டி அவர்களின் மதத்தைப் பரப்பியதாக இந்துக்கள் குறை கூறுகின்றனர். கர்த்தரை விசுவாசிக்காதவர்களைக் கிறிஸ்தவர்கள் சித்திரவதை செய்தார்கள் என்று இந்துக்கள் ஏளனம் செய்கிறார்கள். ஆனால் இவர்களில் நல்லவர்கள் எந்த மதத்தினர், நம் மரியாதைக்குரியவர்கள் எந்த மதத்தினர்? மோட்சத்தை அடையும்வழி என்று எதைத் தங்கள் முழுமனதோடு நம்பினார்களோ அதைப் பின்பற்றுமாறு விருப்ப மில்லாத மக்களாக இருந்தபோதிலும், அவர்களைக் கட்டாயப் படுத்தியது கிறிஸ்தவர்களும் முகம்மதியர்களுமா? அல்லது அறிவு ஒளியை மற்றவர்கள் அடைய முடியாதவாறு மறைத்தவர்களும் அறியாமை என்னும் இருட்டறையில் மக்கள் தொடர்ந்து மூழ்கிக் கிடக்கும்படிச் செய்தவர்களும், தம்மிடமிருந்த அறிவையும் வழி வழி வந்த பெருமைகளையும் அவற்றை விரும்பி ஏற்றுக் கொண்டு தங்கள் வாழ்க்கையை மாற்றிக் கொள்ள முன்வந்தவர்களுக்கு மறுத்த இந்துக்களா? முகம்மதியர்கள் நெஞ்சிரக்கமற்றவர்கள் என்றால் இந்துக்கள் அற்பர்கள். அற்பத்தனம் நெஞ்சிரக்கமற்றத் தன்மையை விடக் கேவலமானது எனத் தயக்கமின்றிக் கூறுவேன்.

10

இந்துமதம் ஒரு மிஷனரி மதமாக - சமயப் பரப்புப் பணி மேற்கொண்ட மதமாக இருந்ததா இல்லையா என்பது வாதத்திற்குரியது. இந்துமதம் எப்போதும் ஒரு மிஷனரி மதமாக இருந்ததில்லை என்பாரும் இருந்தது என்பாரும் உள்ளனர். இந்து

மதம் ஒரு காலத்தில் மிஷனரி மதமாக இருந்தது என்பதை ஏற்றுக் கொண்டுதான் ஆகவேண்டும். அது மிஷனரி மதமாக இருந்திரா விட்டால் இந்தியாவெங்கும் இந்த அளவுக்கு பரவி இருக்க முடியாது. ஆனால் இன்று இந்துமதம் மிஷனரி மதமாக இல்லை என்பது ஏற்றுக்கொள்ளப்பட வேண்டிய உண்மை- எனவே இந்துமதம் மிஷனரி மதமாக இருந்ததா இல்லையா என்பதல்ல பிரச்சினை. அது ஏன் சமயத்தைப் பரப்பும் பணியில் நீடிக்க முடியவில்லை என்பதுதான் பிரச்சினை. இந்துக்களிடையே சாதி முறை வளர்ந்ததால்தான் இந்து மதம் ஒரு மிஷனரி மதமாக நீடிக்க முடியவில்லை என்பது என் கருத்து மத மாற்றத்திற்குச் சாதி என்பது ஒத்து வராதது நம்பிக்கைகளையும் மதக்கோட்பாடுகளையும் புகுந்துவது மட்டும் மதமாற்றத்திற்குப் போதுமானதாகாது. மதம் மாறியவர்களுக்குச் சமூக வாழ்வில் ஒரு இடத்தை உறுதி செய்வது தான் முக்கியமான பிரச்சினை.

மதம் மாறி வந்தவர்களுக்குச் சமூக வாழ்வில் எங்கு இடமளிப்பது எந்த சாதியில் சேர்ப்பது என்பதுதான் அந்த பிரச்சினை பிற மதத்தவர்களைத் தம் மதத்திற்கு மாற்ற விரும்பும் எந்த ஒரு இந்துவையும் குழப்புகின்ற பிரச்சினை இதுதான். மன்றங்களில் எவர் வேண்டுமானாலும் உறுப்பினர் ஆவதுபோல சாதிகளில் எவர் வேண்டுமானாலும் உறுப்பினர் ஆகிவிட முடியாது. சாதி சட்ட திட்டங்களின்படி எந்த ஒரு சாதியிலும் உறுப்பினராகும் உரிமை அந்த சாதியில் பிறந்தவர்க்கு மட்டுமே உரியது. சாதிகள் தன்னாட்சியுள்ளவை. புதியவர்களைச் சமூக வாழ்க்கையில் குறிப்பிட்டதொரு சாதியில் சேர்த்துக்கொள்ளுமாறு எந்த சாதியையும் கட்டாயப்படுத்தும் அதிகாரம் எவருக்கும் இல்லை. இந்து சமூகம் சாதிகளின் தொகுப்பாக இருப்பதாலும் மதம் மாறியவர்களுக்கும் இந்து சமூகத்தில் இடமில்லை. ஆக இந்து மதம் விரிவடையவும் மற்ற மதத்தவரை இந்து மதத்திற்குள் ஏற்று இணைத்துக் கொள்ளவும் தடையாக இருப்பது சாதியே. சாதிகள் இருக்கும்வரை இந்து மதத்தை மிஷனரி மதமாக்க முடியாது. 'சுத்தி' (Shudhi) என்பது மடத்தனமானது பயனற்றது.

11

பிற மதத்தினரை இந்து மதத்தில் சேர்க்கும் 'சுத்தி' முறையை இயலாததாக்கும். அதே காரணங்களே 'சங்கடன்' (சங்காத்தம்)

என்பதையும் (அதாவது ஒருமித்தல் அல்லது அருங்கமைவு என்பதையும் இயலாத காரியமாக்குகின்றன. முகமதியரையும், சீக்கியரையும் போலன்றி இந்துவிடம் பயந்த சுபாவமும் கோழைத் தனமும் காணப்படுகின்றன. இதன் காரணமாக அவர் நம்மைப் பாதுகாத்துக் கொள்ள வஞ்சம், தந்திரம் என்ற இழிவான வழிகளைப் பின்பற்றுகிறார். இந்தக் கோழைத்தனத்தைப் போக்க வேண்டும் என்பதே 'சங்கடனின்' நோக்கம். ஆனால் சீக்கியர் அல்லது முகமதியர் தைரியம் கொண்டவராக அச்சமற்றவராக இருக்கிறார் என்றால் அவருக்கு அந்த வலிமை எங்கிருந்து கிடைக்கிறது? நிச்சயமாக உடலுறுதியோ, உணவோ உடற்பயிற்சியோ அதற்குக் காரணம் அல்ல. ஒரு சீக்கியருக்கு ஆபத்து ஏற்பட்டால் எல்லாச் சீக்கியர்களும் அவருக்கு உதவி செய்ய வருவார்கள் என்றும், ஒரு முகமதியர் தாக்கப்பட்டால் எல்லா முகமதியர்களும் ஒன்றுதிரண்டு அவரைக் காப்பாற்ற வருவார்கள் என்றும் அவர்கள் உள்ளத்தில் இருக்கும் நம்பிக்கையே அவர்களுக்கு இந்த வலிமையைக் கொடுக்கிறது. ஆனால், ஒரு இந்துவின் மனத்தில் இத்தகைய நம்பிக்கை ஏற்பட இடமில்லை. மற்ற இந்துக்கள் தமக்கு உதவி செய்ய வருவார்கள் என்று அவர் நம்ப முடியாது. தாம் ஒருவராக இருப்பதனாலும் துணையின்றித் தனியாய் நிற்பதே தமது விதியாகி விட்டதாலும், அவர் சக்தியற்றவராகிவிடுகிறார். பயத்துக்கும், கோழைத்தனத்துக்கும் உள்ளாகிறார். சண்டை என்று வந்தால் சரணடைகிறார். அல்லது ஓடி ஒளிந்துகொள்கிறார். சீக்கியரோ, முஸ்லீமோ இவ்வாறு உதவி கிடைக்கும் என்று உறுதியான நம்பிக்கை கொள்வதற்கும் இந்து இத்தகைய நம்பிக்கைக்கு இடமின்றி மனம் ஒடிந்து போவதற்கும் காரணம் என்ன என்று ஆராய்ந்தால் அவர்களுடைய கூடிவாழும் வாழ்க்கை முறையில் உள்ள வித்தியாசமே இதற்குக் காரணம் என்பதைக் காண்பீர்கள். சீக்கியர்களும், முகமதியர்களும் பின்பற்றும் சமூக வாழ்க்கைமுறை அவர்களிடையே சகோதர உணர்வை ஏற்படுத்துகின்றது. ஆனால் இந்துக்களின் சமூக வாழ்க்கை முறை இந்த உணர்வை ஏற்படுத்தவில்லை. சீக்கியர்களிடையேயும் முகமதியர்களிடையேயும் உள்ள சமூகப் பற்று அவர்களிடம் சகோதரராக நினைப்பதில்லை. அதனால்தான் ஒரு சீக்கியர், ஏழு லட்சம் ஆட்களுக்குச் சமம் என்று சீக்கியர்களும், ஒரு முகமதியர், ஒரு கூட்டாக உள்ள இந்துக்களுக்குச் சமம் என்று முகமதியர்களும் நினைக்கிறார்கள். இந்த வித்தியாசம் நிச்சயமாக

சாதியினால் ஏற்படும் வித்தியாசமே, சாதி இருக்கும் வரை 'சங்கடன்' (சங்காந்தம்) ஏற்பட முடியாது. 'சங்கடன்' ஏற்படாதவரை இந்துக்கள் பலவீனமும் பணிந்த சுபாவம் கொண்டவர்களாகவே இருப்பார்கள். இந்துக்கள், தாங்கள் மிகவும் சகிப்புத்தன்மை கொண்டவர்கள் என்று கூறிக் கொள்கிறார்கள். சில சமயங்களில் அவர்கள் சகிப்புத்தன்மை காட்டினால் அதற்கு அவர்களின் பலவீனமே காரணம். அல்லது எதிர்ப்பதில் அக்கறை இல்லை என்பது காரணமாகும். இது இந்துக்களின் சுபாவத்திலேயே ஊறிப்போய்விட்டது. அதனால் அவர்கள் அவமதிப்பையும் தீங்கையும் எதிர்ப்பின்றிச் சகித்துக் கொள்கிறார்கள். அவர்களிடையே, மாரிஸ் (Morris) கூறுவதைப் போல் "உயர்ந்தவன் தாழ்ந்தவனை மிதித்துத் தள்ளுகிறான்; வலியவன் எளியவனை அடித்துத் தள்ளுகிறான்; கொடியவர்கள் பயப்படுவதில்லை; நல்லவர்களுக்கு துணிவு இல்லை; அறிவாளிகள் பிறர் மீது அக்கறை காட்டுவதில்லை. இந்துக் கடவுள்கள் பொறுமை மிக்கவர்கள். எனவே இந்துக்களில் கொடுமைக்கும் துன்பத்துக்கும் உள்ளாக்கப்படும் மக்களின் நிலைமை எவ்வளவு பரிதாபமானது என்பதை எளிதில் புரிந்து கொள்ளலாம். அலட்சிய மனப்பான்மையை விட கொடுமையான நோய் வேறெதுவும் இல்லை. இந்துக்கள் இவ்வாறு அலட்சிய மனப்பான்மை கொண்டிருப்பதற்கு என்ன காரணம்? சாதிமுறைதான் இதற்குக் காரணம் என்பது என் கருத்து. சாதி முறையினால்தான் 'சங்கடன்' ஏற்படுவதோ நல்ல காரியங்களுக்குக் கூட இந்துக்கள் ஒத்துழைப்பதோ முடியாமற் போய்விட்டது.

12

ஒரு தனி மனிதன் தனது சொந்தக் கருத்துக்களையும் நம்பிக்கை - களையும் தனது சொந்த சுதந்திரத்தையும், நலனையும்தான் சார்ந்துள்ள குழுவின் நெறி வரையறைகளையும் குழு அதிகாரத்தையும், குழு நலன்களையும் மீறி வலியுறுத்துவது தான் எல்லாச் சீர்திருத்தங்களுக்கும் தொடக்கமாகும். ஆனால் சீர்திருத்தம், தொடக்கத்தோடு நின்றுவிடாமல் மேலும் தொடருமா என்பது, தனி மனிதனின் கருத்தை வலியுறுத்துவதற்குக் குழு எவ்வளவு தூரம் வாய்ப்பளிக்கிறது என்பதைப் பொறுத்தது. அத்தகைய மனிதர்களிடம் குழு, சகிப்புத்தன்மையுடனும் நியாய புத்தியுடனும் நடந்து கொண்டால், அவர்கள் தொடர்ந்த தங்கள் கருத்துக்களை வலியுறுத்தி, இறுதியில்

மற்றவர்கள் அவற்றை ஏற்கச் செய்ய முடியும். மாறாக குழு, சகிப்புத் தன்மை இல்லாமல் எந்த வழியிலேனும் அவர்களை ஒடுக்கிவிட வேண்டும் என்று நினைத்தால், அவர்கள் அழிக்கப்படுவார்கள். சீர்திருத்தங்களும் மறைந்துபோகும். சாதியின் விதிகளை மீறி நடக்கும் எந்த மனிதனையும் சாதியிலிருந்து விலக்கி வைப்பதற்கு சாதிக்குத் தங்குதடையற்ற உரிமை இருக்கிறது. இவ்வாறு விலக்கிவைக்கப்படும் மனிதனுக்கு சமூகத் தொடர்புகள் எல்லாம் முழுமையாக அற்றுப் போவதால், இந்தத் தண்டனைக்கும் மரண தண்டனைக்குமிடையே அதிக வித்தியாசம் இல்லை. எனவே இந்து சமூகத்தில் தனி நபர்கள் சாதித் தடைகளை உடைத்து, தங்கள் சுத்திரத்தை நிலைநிறுத்தத் துணிவதில்லை என்பதில் வியப்பில்லை. அவர்கள் மற்றவர்களுடன் ஒத்து நடந்து கொள்ள முடியாது; ஆனால் மற்றவர்களின் தொடர்பு இல்லாமலும் அவர்கள் வாழ முடியாது. சீர்திருத்த கருத்துக் கொண்டவர் தமது கருத்தைக் கைவிடாமலே சமூகத்தில் மற்றவர்களின் தொடர்பைப் பெறவே விரும்புவார். ஆனால் அது முடியாதென்றால், அதைப் பெறுவதற்காக, தமது துணை இல்லாமல் அவர் வாழ முடியாது. தனி மனிதனின் இந்த பலவீனத்தைப் பயன்படுத்திக் கொள்ள சாதி எப்போதும் தயாராயிருக்கிறது. தன்னுடைய நெறிகளை எழுத்திலும் உணர்விலும் அவன் முற்றிலுமாகப் பின்பற்ற வேண்டும் என்று நிர்ப்பந்தப்-படுத்துகிறது. சீர்திருத்தக்காரரின் வாழ்க்கையை நரகமாக மாற்றுவதற்கு சாதி ஒரு சதிக் கும்பலாகச் செயல்பட முடியும்.

சதி செய்வது ஒரு குற்றம் என்றால், சாதிச் சட்டங்களை மீறி நடக்கத் துணிந்ததற்காக ஒரு மனிதனை விலக்கிவைக்க முயலும் சதிச் செயலை ஏன் தண்டனைக்குரிய குற்றமாகக் கருதக்கூடாது? ஆனால் இப்போது ஒவ்வொரு சாதியும் தனது உறுப்பினர்களின் நடத்தையை ஒழுங்குக் கட்டுப்பாடு செய்வதற்கும், மீறி நடப்பவர்களை விலக்கிவைப்பதற்கும் சட்டத்தின்படி சாதிக்கு முழு சுயாட்சி அதிகாரம் இருக்கிறது. பழமைவாதிகளின் கையில் சாதி என்பது சீர்திருத்தக் காரர்களைத் துன்புறுத்துவதற்கும் சீர்திருத்தங்களை ஒழிப்பதற்கும் ஒரு கருவியாக உள்ளது.

13

இந்துக்களின் அறநெறிப் பண்பில் சாதியால் ஏற்பட்டுள்ள விளைவு வருந்தத்தக்கதாக உள்ளது. பொதுநல உணர்வையே சாதி கொன்று விட்டது. பொது மக்களுக்கு உதவும் தரும சிந்தனையைச்

சாதி அழித்துவிட்டது. பொது மக்கள் கருத்து என்பதே உருவாக முடியாமல் சாதி தடையாக உள்ளது. ஒரு இந்துவுக்குப் பொது மக்கள் என்பதே அவரது சாதிதான். அவர் தமது சாதிக்குத்தான் பொறுப்புள்ளவராயிருக்கிறார். அவரது விசுவாசம் அவர் சாதிக்கு மட்டுமே அளிக்கப்படுகிறது. ஒழுக்கத்திலும் அறநெறியிலும் சாதி உணர்வு புகுந்து விட்டது. தகுதியுள்ளவர்களிடம் யாரும் அனுதாபம் காட்டுவதில்லை. திறமையுள்ளவர்களிடம் யாரும் அனுதாபம் காட்டுவதில்லை. திறமையுள்ளவர்களுக்குப் பாராட்டுக் கிடைப்பதில்லை. தேவைப்படுவோருக்கு உதவி கிடைப்பதில்லை. துன்பப்படுவோரைப் பார்த்தும் இரங்கும் குணம் இல்லை. தருமம் செய்கிறார்கள்; ஆனால் அது அவரவர் சாதியிலேயே தொடங்கி அந்தச் சாதியிலேயே முடிவடைந்து விடுகிறது. அனுதாபம் இருக்கிறது; ஆனால் அது வேறு சாதிக்காரரிடம் காட்டப்படுவதில்லை. நல்ல குணம் கொண்ட பெரியவர் ஒருவர் வேறு சாதிக்காரராயிருந்தாலும் ஒரு இந்து அவரைப் பின்பற்றுவரா? ஒரு மகாத்மாவின் விஷயம் விதிவிலக்காகும். அதைவிட்டால், ஒரு தலைவர் தமது சாதிக்காரராக இருந்தால்தான் ஒரு இந்து அவரைப் பின்பற்றுவார். ஒரு தலைவர் பிராமணராயிருந்தால்தான் பிராமணர் அவரைப் பின்பற்றுவார். காரியஸ்தராயிருந்தால்தான் காரியஸ்தர் பின்பற்றுவார். இவ்வாறேதான் ஒவ்வொரு சாதியினரும் செய்வார்கள். தன்னுடைய சாதியைச் சேராத ஒருவரின் திறமையைப் போற்றும் பண்பு ஒரு இந்துவிடமும் இல்லை. உயர்ந்த ஒழுக்கம் உடையவர் தமது சாதியினராயிருந்தால்தான் அவரைப் பாராட்டுவார். இது இனக்குழுக் குணமாகும். "அவர் செய்தது தப்போ, சரியோ, அவர் என் சாதிக்காரர்; அவர் நல்லவரோ, கெட்டவரோ, அவர் என் சாதிக்காரர்" என்ற மனப்பான்மைதான் காணப் படுகிறது. நல்லதை ஆதரிப்பது, தீயதை ஆதரிக்க மறுப்பது என்ற பிரச்சினையே இல்லை. சுயசாதிக்காரருக்கு ஆதரவா? ஆதரவு இல்லையா என்பதே பிரச்சினையாகிறது. இந்துக்கள் தமது சாதிகளின் நலன்களைப் பெரிதாகக் கருதித் தமது நாட்டுக்கே துரோகம் செய்யவில்லையா?

14

சாதியின் தீய விளைவுகள் பற்றி நான் இங்கே விவரித்தத்தைக் கேட்டு உங்களில் சிலர் சலிப்படைந்திருந்தால் அதில் வியப்பேதுமில்லை. அதில் புதிதாகவும் ஒன்றும் இல்லை. எனவே

பிரச்சினையின் ஆக்கபூர்வமான பகுதியைப் பற்றி இப்போது பேசத் தொடங்குகிறேன். சாதி கூடாது என்றால் உங்களுடைய லட்சிய சமூகம் எப்படிப்பட்டது என்ற கேள்வி நிச்சயமாக எழும். என்னுடைய லட்சிய சமூகம், சுதந்தரம், சமத்தவம், சகோதரத்துவம் ஆகியவற்றை அடிப்படையாகக் கொண்டது. ஏன் இருக்கக்கூடாது? சகோதரத்துவத்துக்கு என்ன ஆட்சேபம் இருக்க முடியும்? எனக்கு எந்த ஆட்சேபமும் தோன்றவில்லை. லட்சிய சமூகம் எப்போதும் இயங்கிக்கொண்டு, தொடர்புகளும் பரிவர்த்தனைகளும் நடந்துகொண்டு இருக்க வேண்டும். சமூகத்தின் ஒரு பகுதியில் ஏற்படும் மாற்றங்களை மற்ற பகுதிகளுக்குத் தெரிவிப்பதற்குப் பல்வேறு மார்க்கங்கள் இருக்க வேண்டும். மக்கள் ஒருவருக்கொருவர் தொடர்பு கொண்டு பல்வேறு வகையான நலன்களைப் பகிர்ந்து கொண்டு பரிவர்த்தனை செய்து கொண்டும் வாழவேண்டும். பல்வேறு விதமான கூட்டு வாழ்க்கை முறைகளுக்குமிடையே தாராளமான தொடர்புகளுக்கு நிறைய வாய்ப்பு இருக்க வேண்டும். வேறு விதமாகச் சொன்னால் சமூகத்தில் பல்வேறு பிரிவுகளுக்கு இடையிலும் மக்கள் தாராளமாகக் கலந்து உறவாடும் நிலை இருக்க வேண்டும். இதுதான் சகோதரத்துவம் ஜனநாயத்தின் மறுபெயர்தான் சகோதரத்துவம். ஜனநாயகம் என்பது ஒரு ஆட்சிமுறை மட்டுமல்ல முதன்மையாக அது ஒரு கூட்டு வாழ்க்கை முறை; கூட்டாக ஒருவருக்கொருவர் தமது அனுபவங்களைத் தெரியப்படுத்திக்கொண்டு வாழும்முறை. ஒவ்வொரு மனிதரும் மற்ற மனிதர்களிடம் மதிப்பும் மரியாதையும் வைத்து நடப்பதே அதன் சாராம்சம். இனி, சுதந்திரம் என்பதற்கு ஏதேனும் ஆட்சேபம் இருக்கிறதா? சுயேட்சையாக நடமாடும் உரிமை, உயிரையும், உடம்பையும் பாதுகாத்துக் கொள்ளும் உரிமை என்ற அளவில் சுதந்திரம் என்பதை யாரும் ஆட்சேபிக்கமாட்டார்கள். உடம்பை நல்ல ஆரோக்கிய நிலையில் வைத்துக் கொள்வதற்கு, அவசியமான வாழ்க்கை வருவாய் பெறுவதற்காக சொத்து, கருவிகள், பொருள் வைத்துக்கொள்ளும் உரிமை என்று அளவிலும் சுதந்திரம் என்பதற்கு ஆட்சேபம் இருக்க முடியாது. ஒரு மனிதனுக்கு இருக்கும் திறன்களைப் பலனுள்ள முறையில் உபயோகித்து, நம்மை அடைவதற்குச் சுதந்திரம் கொடுத்தால் என்ன? சாதியை ஆதரிப்பவர்கள் இந்த அர்த்தத்தில் சுதந்திரம் கொடுக்க இணங்கமாட்டார்கள். ஏனென்றால், இது ஒருவர் எந்தத் தொழிலைச் செய்வது என்பதை அவரே தெரிந்தெடுப்பதற்குச் சுதந்திரம் கொடுப்பதாகும். ஆனால்

இந்த அர்த்தத்தில் சுதந்திரத்தை அனுமதிக்க மறுப்பது அடிமை முறையை நிரந்தரமாக நீடிக்கச் செய்வதாகும். ஏனென்றால், சட்டப்படி ஒருவரைத் தமக்கு ஆட்பட்டு இருப்பவராக வைப்பது மட்டுமே அடிமை முறை அல்ல. சமூகத்தில் சில மனிதர்கள் தங்களுடைய செயல்களின் நோக்கம் என்னவாக இருக்க வேண்டும் என்பதைப் பிறர் தீர்மானிக்கவும் தாங்கள் அதை ஏற்றுக்கொள்ளவுமாக உள்ள நிலையும் அடிமை முறையே. சட்டப்படியான அடிமை முறை இல்லை என்றாலும், மேற்சொன்ன நிலைமை இங்கே இருக்கிறது. சாதி முறையில் இந்த நிலை இருக்கிறது. ஏனென்றால் சில மனிதர்கள் தாங்கள் தெரிந்தெடுக்காத சில தொழில்களைச் செய்யும்படியான கட்டாயம் சாதி முறையில் இருக்கிறது. சமத்துவத்துக்கு ஏதேனும் ஆட்சேபம் உண்டா? பிரபஞ்சப் புரட்சியின் முழக்கமாகிய "சுதந்திரம், சமத்துவம், சகோதரத்துவம்" என்பதில் மிகவும் சர்ச்சைக்கிடமான பகுதி இதுதான். சமத்துவத்துக்குக் கூறப்படும் ஆட்சேபங்கள் சரியானவையா-யிருக்கலாம். எல்லா மனிதர்களும் சமமானவர்கள் அல்லர் என்பதை ஒப்புக்கொள்ள வேண்டியிருக்கலாம். ஆனால் அதனால் என்ன கெட்டுப் போகிறது? சமத்தவம் என்பது கற்பனையாயிருக்கலாம்; இருந்தாலும் அதை ஒரு அடிப்படைக் கொள்கையாக ஏற்கத்தான் வேண்டும். ஒரு மனிதனின் திறன் மூன்று விஷயங்களைச் சார்ந்திருக்கிறது.

1. உடல் ரீதியான பரம்பரை இயல்பு
2. சமூகச் சூழ்நிலை, அதாவது, பெற்றோரின் கவனிப்பு, கல்வி, விஞ்ஞான அறிவின் வளர்ச்சி நிலை உட்பட, காட்டுமிராண்டியை விட நாகரிக மனிதன் திறமையில் மேம்பட்டவனாக இருக்கச் செய்யும் எல்லா அம்சங்களும்.
3. அவனது சொந்த முயற்சி.

இந்த மூன்று விஷயங்களிலும் மனிதர்கள் எல்லோரும் சமம் இல்லை என்பதில் சந்தேகம் இல்லை. ஆனால் அவர்கள் இவ்வாறு சமமாக இல்லை என்பதால் நாம் அவர்களைச் சமம் இல்லாத முறையில் நடத்த வேண்டுமா? சமத்துவத்தை எதிர்ப்பவர்கள் இந்தக் கேள்விக்கு பதில் கூறவேண்டும். மனிதர்களின் முயற்சியில் சமம் இல்லாத அளவுக்கு அவர்களை நடத்துவதில் சமம் இல்லாமலிருப்பது நியாயமாயிருக்கலாம். ஒவ்வொருவரின் திறன்களும் முழு வளர்ச்சி பெற உதவுவதற்கு முடிந்த அளவுக்கு ஊக்குவிப்பு அளிக்க வேண்டியிருக்கலாம். ஆனால் முதல் இரண்டு விஷயங்களில்

7

சமமாயில்லாதவர்களை சமமில்லாமலே நடத்தினால் என்ன ஆகும்? பிறப்பு, கல்வி, குடும்பப் பெயர், தொழில் - வணிகத் தொடர்புகள், பரம்பரைச் சொத்து ஆகியவை சாதகமாக உள்ளவர்களே வாழ்க்கைப் போட்டியில் தேர்வு பெறுவார்கள். ஆனால் இது திறமை உள்ளவர்களைத் தெரிந்தெடுக்கும் தேர்வு ஆகாது. விசேஷ உரிமை பெற்றவர்களைத் தெரிந்தெடுக்கும் தேர்வாகவே இருக்கும். முயற்சியில் சமமாக இல்லாதவர்களை நடத்துவதில் சமம் இருக்க முடியாது என்று கூறுவதற்கான காரணமே, மற்ற இரண்டு விஷயங்களில் சமமாயில்லாதவர்களை, நாம் நடத்துவதில் சமம் இருக்க வேண்டும் என்பதை அவசியமாக்குகிறது. சமூகத்தில் உள்ள ஒவ்வொருவரிடம் இருந்தும் மிக உயர்ந்த பலனைப் பெறுவது சமூகத்துக்கு நல்லது என்றால், ஆரம்பத்திலேயே எல்லோரும் முடிந்த அளவு சமமாக இருக்கச் செய்வதுதான். அவ்வாறு செய்வது உயர்ந்த பலனைப் பெறுவதற்கு வழியாகும். இந்தக் காரணத்தால் சமத்துவம் தவிர்க்க முடியாததாகிறது. ராஜதந்திரி பெரும் எண்ணிக்கையான மக்களைக் கவனிக்க வேண்டியிருக்கிறது. எல்லோரிடமும் நியாயமாக நடந்து கொள்வதற்கு, அதாவது ஒவ்வொருவரின் தேவை, திறன் ஆகியவற்றுக்குத் தகுந்தபடி நடத்துவதற்கு, அவருக்கு நேரமோ அதற்குத் தேவையான விவரங்கள் பற்றிய அறிவோ இருக்க முடியாது. எல்லோருக்கும் நியாயம் கிடைக்கும் வகையில் மக்களை வகைப்படுத்துவது எளிதல்ல. எனவே ஒரு ராஜதந்திரிக்கு இதற்கு எளிதாகப் பின்பற்றக் கூடிய வழிமுறை ஒன்று அவசியமாகிறது. எல்லா மனிதர்களையும் ஒரே மாதிரியாக நடத்துவதே இதற்குச் சிறந்த வழிமுறையாகும். சமத்துவம் என்ற கோட்பாடு தர்க்கரீதியில் பிழையானது என்பது பளிச்சென்று தெரிகிறது. ஆயினும் எல்லா அம்சங்களையும் சேர்த்துக் கருதிப் பார்க்கும்போது அரசியல் ஒரு ராஜதந்திரி பின்பற்றக்கூடிய ஒரே வழி அதுதான். அரசியல் என்பது நடைமுறையில் செயல்படுத்தப்படும் விஷயம். இதற்கு நடைமுறையில் செயல்படுத்தக்கூடிய வழிமுறை தேவையாகிறது.

15

இலட்சிய சமூகம் பற்றி வேறொரு கருத்தை ஒரு சீர்திருத்தக் குழுவினர் எடுத்துக்கூறுகிறார்கள். ஆரிய சமாஜிகள் என்று பெயர் பெற்றுள்ள இவர்களை, சமூக அமைப்பு சதுர்வர்ணம், அதாவது நான்கு வகுப்புகள் என்ற அடிப்படையில் இருக்க வேண்டும் என்பது

இவர்களது கொள்கை, இந்தியாவில் உள்ள நாலாயிரம் சாதிகளுக்குப் பதிலாக இந்த நான்கு வகுப்புகள் இருக்க வேண்டும் என்றும் இந்தக் கொள்கை மக்களுக்குக் கவர்ச்சியாகத் தோற்றமளிக்க வேண்டும் என்பதற்காகவும், இதற்கு எதிர்ப்புகளை மழுங்கச் செய்வதற்காகவும் தாங்கள் கூறும் சதுர்வர்ணம் பிறப்பால் அமைவது அல்ல என்றும், குணத்தை அல்லது தகைமையை அடிப்படையாகக்கொண்டது என்றும் சுட்டிக்காட்டுகிறார்கள். இந்தச் சதுர்வர்ண முறை கணத்தை அடிப்படையாகக் கொண்டதாகவே இருந்தாலும் இதை நான் ஏற்க முடியாது என்பதை முதலிலேயே கூறி விடுகிறேன். ஆரிய சமாஜிகளின் சதுர்வர்ணக் கொள்கைப்படி இந்து சமூகத்தில் ஒருவருக்கு உரிய இடம் அவரது குணம் அல்லது தகைமையால் தீர்மானிக்கப்படுகிறது என்றால் மனிதர்களுக்குப் பிராமணர், க்ஷத்திரியர், வைசியர், சூத்திரர் என்று முத்திரை குத்த வேண்டிய அவசியம் என்ன? கற்றவர் ஒருவர் பிராமண முத்திரை இல்லாமலே சென்ற இடமெல்லாம் சிறப்பு பெறுவார். க்ஷத்திரியப் பட்டம் இல்லாமலேயே போர் வீரனுக்கு மதிப்புக் கிடைக்கும். ஐரோப்பிய சமுதாயத்தில் இம்மாதிரி நிரந்தர முத்திரைகள் இல்லாமலே அறிவாளிகளும் வீரர்களும் கவுரவிக்கப்படுகிறார்கள் என்றால் இந்து சமூகத்திலும் அவ்வாறு ஏன் செய்ய முடியாது? ஆரிய சமாஜிகள் இதைப்பற்றிச் சிந்திக்கவில்லை. இந்த முத்திரைகளைத் தொடர்ந்து பயன்படுத்துவதற்கு மற்றொரு ஆட்சேபமும் இருக்கிறது.

எல்லாச் சீர்திருத்தங்களும் மக்களின் எண்ணங்களிலும் உணர்வுகளிலும் மனப்பான்மைகளிலும் ஏற்படும் மாற்றங்களாலேயே உருவாகின்றன. சில பெயர்கள் மக்களின் மனத்தில் சில கருத்துக்களையும் சில உணர்வுகளையும் எழுப்புகின்றன என்பது அனுபவ உண்மை. பிராமணர், க்ஷத்திரியர், வைசியர், சூத்திரர் என்ற பெயர்கள் ஒவ்வொரு இந்துவின் உள்ளத்திலும் சில குறிப்பிட்ட கருத்துக்களுடன் இணைக்கப்பட்டுள்ளன. பிறப்பை அடிப்படையாகக் கொண்டு வரிசைப்படுத்தப்பட்ட அமைப்பைப் பற்றிய கருத்து அது. இந்தப் பெயர்கள் இருக்கும்வரை இந்துக்கள், பிராமணர், க்ஷத்திரியர், வைசியர், சூத்திரர் என்பவை, பிறப்பை அடிப்படையாகக் கொண்டு, மேல் கீழ் என்று வகுக்கப்பட்ட பிரிவினைகளைக் குறிப்பனவாகவே கொண்டு அதன்படிதான் நடந்துகொள்வார்கள். இந்துக்கள் இவற்றையெல்லாம் மறக்கப் பழகவேண்டும். ஆனால் பழைய முத்திரைகளையே பயன்படுத்தி பழைய கருத்துக்களையே

நினைவுப்படுத்திக்கொண்டிருந்தால் இது எப்படி சாத்தியமாகும்? மக்கள் மனத்தில் புதிய கருத்துக்களை வளர்க்க வேண்டும் என்றால் பழைய முத்திரைகளை விட்டொழித்துப் புதிய பெயர்கள் கொடுக்க வேண்டும். பழைய பெயர்களையே தொடர்ந்து வைத்திருந்தால் சீர்திருத்தம் வெற்றி பெறாது. தகைமையை அடிப்படையாகக் கொண்ட சதுர்வர்ணத்தில் பிராமணர், க்ஷத்திரியர், வைசியர், சூத்திரர் என்று பிறப்பை அடிப்படையாகக்கொண்ட பழைய நாற்றமெடுத்த பெயர்களைத் தொடர்ந்து பயன்படுத்துவது ஒரு சூழ்ச்சி வலையேயாகும்.

16

பழைய முத்திரைகளை ஒட்டிக்கொண்டுள்ள இந்த சதுர்வர்ண முறையை நான் அறவே வெறுக்கிறேன். எனது முழு இயற்கையும் அதை எதிர்த்து எழுகிறது. ஆனால் வெறும் உணர்ச்சிகளின் அடிப்படையில் மட்டும் நான் இதை எதிர்க்கவில்லை. எனது எதிர்ப்புக்கு வலுவான காரணங்கள் உள்ளன. இந்த அமைப்பு முறையை நான் நுட்பமாக ஆராய்ந்திருக்கிறேன். ஒரு சமூக அமைப்பு என்ற முறையில் சதுர்வர்ணம் நடைமுறை சாத்தியமற்றது. தீமை நிறைந்தது. இழிந்த தோல்வி கண்டது என்று நிச்சயமாக நம்புகிறேன். சதுர்வர்ண அமைப்பு முறை நடைமுறையில் பற்பல இடர்பாடுகளை எழுப்புவதை இதன் ஆதரவாளர்கள் கவனிக்கவில்லை. சாதியின் அடிப்படைத் தத்துவம் வேறு; வர்ணத்தின் அடிப்படைத் தத்துவம் வேறு. இவை வேறானவை என்பது மட்டுமின்றி ஒன்றுக்கொன்று நேர் எதிரானவை. வர்ணம், தகைமையை அடிப்படையாகக் கொண்டது. அப்படியானால், தகைமையால் அன்றி பிறப்பினால் மட்டும் சகத்தில் உயர்ந்த இடம்பெற்றுள்ளவர்கள் எப்படி அந்த இடத்தை விட்டு விலகச் செய்வீர்கள்? பிறப்பால் தாழ்ந்த இடத்தில் உள்ளவர், தகைமையால் உயர்ந்த இடத்துக்கு உரியவரானால், அந்த உயர்வை மக்கள் எவ்வாறு ஒப்புக்கொள்ளச் செய்வீர்கள்? எனவே வர்ணமுறை அமைப்பை நிறுவவேண்டுமானால் முதலில் சாதி அமைப்பை உடைக்க வேண்டும். பிறப்பை அடிப்படையாகக் கொண்ட நாலாயிரம் சாதிகளை, தகைமையை அடிப்படையாகக் கொண்ட நான்கு வர்ணங்களாக நீங்கள் எப்படி குறைக்கப்போகிறீர்கள்? சதுர்வர்ண முறையைக் கூறுவோர் முதலில் சந்திக்க வேண்டிய இடர்ப்பாடு இது அடுத்து இன்னொரு இடர்ப்பாடு இருக்கிறது.

மக்கள் அனைவரையும் நான்கு தெளிவான வகுப்புகளாக வகைப்படுத்திவிட முடியும் என்பது சதுர்வர்ண முறையின் அடிப்படைக் கருத்தாக இருக்கிறது. இது முடியுமா? இந்த விதமாகப் பார்த்தால் சதுர்வர்ண இலட்சியத்துக்கும் பிளேட்டோ கூறும் லட்சிய சமூகத்துக்கும் இடையே நெருங்கிய ஒற்றுமை இருக்கிறது. பிளேட்டோவின் கருத்துப்படி மனிதர்கள் இயற்கையில் மூன்று பிரிவுகளாக இருக்கிறார்கள். சில மனிதர்களிடம் பசியே முதன்மையாக இருக்கிறது என்று அவர் கருதினார்.

இந்த மனிதர்களை அவர் உழைப்பாளிகள், வியாபாரிகள் என்ற பிரிவில் சேர்த்தார். மற்றும் சிலரிடம் பசியுடன் வீரமும் இருப்பதாக அவர் கருதினார். இந்த மனிதர்களை, போரில் நாட்டைக் காப்பவர்கள், உள்நாட்டில் அமைதியைக் காப்பவர்கள் என்று அவர் வகைப்படுத்தினார். வேறு சிலர் எல்லாவற்றிலும் அடிப்படையான அமைந்துள்ள உண்மைகளை உணர்ந்தறியும் திறன் பெற்றிருந்தார்கள். இவர்களை மக்களுக்குச் சட்டம் இயற்றுவோராக அவர் குறிப்பிட்டார். பிளேட்டோவின் குடியரசுக்குக் கூறப்படும் எல்லா விமர்சனங்களும் சதுர்வர்ண முறைக்கும் பொருந்தும் ஏனென்றால் இரண்டுமே எல்லா மனிதர்களையும் மூன்று அல்லது நான்கு தெளிவான பிரிவுகளாக வகைப்படுத்தி விடமுடியும் என்ற கருத்தை அடிப்படையாகக் கொண்டுள்ளன. பிளேட்டோவின் குடியரசு பற்றி முக்கியமாகச் சுட்டிக் காட்டப்படும் குறை, மனிதர்கள் அனைவரையும் மிகத் தெளிவாக வரையறை செய்யப்பட்ட ஒரு சில வகுப்புகளாகப் பிரித்துவிடலாம் என்ற அவரது கருத்து மனிதனையும் அவனது திறன்களையும் பற்றி மிக மேலெழுந்தவாரியாக மதிப்பிடுகிறது என்பதே. ஒவ்வொரு மனிதனும் ஒரு தனித்தன்மை கொண்டவன் என்பதையும், ஒரு மனிதனை மற்ற எவருடனும் ஒப்பாக மதிக்க முடியாது என்பதையும், ஒவ்வொரு மனிதனுமே ஒவ்வொரு தனி வகுப்பு என்பதையும் பிளேட்டோ உணரவில்லை. ஒரு தனி மனிதனிடம் எண்ணற்ற வகையான நன்மைகள் இருப்பதையும் அவை எண்ணற்ற விதங்களில் ஒன்றுடன் ஒன்று கலந்து செயல்படுகின்றன என்பதையும் அவர் அறிந்திருக்கவில்லை. தனி மனிதனின் அமைப்பில் சில தனித்தனி வகையான திறன்களே இருப்பதாக அவர் கருதினார். இந்தக் கருத்துக்கள் எல்லாமே தவறானவை. மனிதர்கள் அனைவரையும் ஒரு சில வகுப்புகளில் அடக்கி வகைப்படுத்துவது. பரிசீலிக்கவே தகுதியில்லாத மேலெழுந்தவாரியான கருத்து என்பதை நவீன

விஞ்ஞானம் எடுத்துக் காட்டியிருக்கிறது. எனவே பல்வேறு விதமான தன்மைகள்கொண்ட மனிதர்களை, ஒரு சில வகுப்புகளாக வகைப்படுத்தி வைப்பதன் மூலம் ஒவ்வொரு தனி மனிதனின் தனித்திறன்களைப் பயன்படுத்துவது இயலாமற் போகிறது. பிளேட்டோவின் குடியரசு தோல்விடைவதைப் போலவே சதுர்வர்ண முறையும் தோல்வியே அடையும். மனிதர்களை ஒரு சில வகுப்புகளாக பிரித்து அஞ்சறைப் பெட்டியில் போடுவதுபோலப் போட்டுவிட முடியாது என்பதுதான் இதற்குக் காரணம். ஆரம்பத்தில் நான்கு வகுப்புகளாக இருந்தவை இப்போது நாலாயிரம் சாதிகளாகப் பெருகிவிட்டன என்பதே இதற்குப் போதிய சான்றாகும்.

சதுர்வர்ண முறையை நிறுவுவதற்கு மூன்றாவது இடர்ப்பாடு நிறுவிய பின் அதை எப்படிப் பராமரிப்பது என்பதாகும். இதன் வகுப்பு பிரிவினை முறையை மீறி நடப்பவர்களைத் தடுப்பதற்கு ஒரு தண்டனை முறை இருக்க வேண்டும். சதுர்வர்ண முறையில் ஒரு பிரிவில் இருப்பவர்கள் அத்துமீறி இன்னொரு பிரிவில் நுழைய முயலும் பிரச்சினை நிரந்தரமாக இருந்துவரும் இப்படி நுழைபவர்களுக்கு தண்டனை இருந்தாலன்றி, மனிதர்கள் தங்கள் தங்கள் பிரிவிலேயே கட்டுப்பட்டு இருந்துவிட மாட்டார்கள். ஏனென்றால் அது மனித இயல்புக்கு முரணானது. சதுர்வர்ண முறையைச் சட்டத்தின் மூலமே நடைமுறைப்படுத்த முடியும். தண்டனை ஏற்பாடு இல்லாமல் சதுர்வர்ண லட்சியத்தை அடைய முடியாது என்பதை ராமாயணத்தில் ராமன், சம்புகனைக் கொன்ற கதை நிரூபிக்கிறது.

ராமன் சம்புகனைக் கொன்றது தேவையற்ற, காரணமற்ற செயல் என்று சிலர் ராமன் மீது குற்றம் கூறுகிறார்கள். ஆனால் இவ்வாறு குறை கூறுவது நிலைமையை முற்றிலும் தவறாகப் புரிந்து கொள்வதாகும். ராமராஜ்யம் சதுர்வர்ண முறையை அடிப்படையாக்கொண்ட அரசு. அரசன் என்ற முறையில் ராமன், சதுர்வர்ண முறையைக் காப்பாற்ற கடமைப்பட்டிருக்கிறான். எனவே தனது வகுப்பிலிருந்து அத்துமீறி பிராமண வகுப்பினுள் நுழைய முயன்ற சூத்திரனான சம்புகனைக் கொல்வது அவனது கடமையாயிற்று. அதனால்தான் ராமன் சம்புகனைக் கொன்றான். இதிலிருந்து சதுர்வர்ண முறையைப் பராமரிப்பதற்குத் தண்டனை முறை அவசியமாகிறது என்பதும் புலனாகிறது. சாதாரண தண்டனை மட்டும் போதாது. அது மரண தண்டனையாக இருக்க வேண்டும். அதனால்தான் ராமன்

சம்புகனுக்கு குறைவான தண்டனை அளிக்கவில்லை. அதனால்தான் மனு ஸ்மிருதி வேதத்தை ஓதுகின்ற அல்லது கேட்கின்ற சூத்திரனின் நாக்கை வெட்ட வேண்டும். காதில் ஈயத்தை உருக்கி ஊற்ற வேண்டும் என்பது போன்ற கடுமையான தண்டனைகளை விதிக்கிறது. சதுர்வர்ண முறையை ஆதரிப்பவர்கள், மனிதர்களை நான்கு வகைகளாக பிரிப்பது சாத்தியம் என்றும், இருபதாம் நூற்றாண்டின் நவீன சமூகத்தில் மனு ஸ்மிருதி கூறும் தண்டனைகளை மீண்டும் கொண்டு வர முடியும் என்றும் உறுதியளிக்க வேண்டும்.

சதுர்வர்ண முறையை ஆதரிப்பவர்கள் தங்கள் அமைப்பில் பெண்களின் நிலை எப்படி இருக்கும் என்பதைச் சிந்தித்துப் பார்த்ததாகத் தெரியவில்லை. பெண்களையும் பிராமணர், க்ஷத்திரியர், வைசியர், சூத்திரர் என்ற நான்கு வகுப்புகளாகப் பிரிக்கப் போகிறார்களா? அல்லது அவர்கள் தங்கள் கணவர்களின் வகுப்பைச் சேர்ந்தவர்களாக இருப்பார்களா? கணவனின் வகுப்பிலேயே மனைவி சேர்க்கப்பட்டால், சதுர்வர்ண முறையில் அடிப்படைக் கோட்பாடு அதாவது ஒருவரின் தகைமையைப் பொறுத்து அவரது வகுப்பு அமையும் என்ற கோட்பாடு என்னவாகும்? தகைமையின்படி வகுப்புப் பிரிவினை அமையும் என்றால் அது பெயரளவில் மட்டும் இருக்குமா? உண்மையானதாக இருக்குமா? பெயரளவில் மட்டும் இருந்தால் அது பயனற்றது.

எனவே சதுர்வர்ணமுறை ஆதரவாளர்கள் அது பெண்களுக்குப் பொருந்தாது என்று ஒப்புக் கொள்ள வேண்டும். உண்மையானது என்றால், பெண்கள் விஷயத்தில் அதைச் செயல்படுத்தும்போது தர்க்க ரீதியான முறையில் ஏற்படும் விளைவுகளை ஏற்க அவர்கள் தயாராயிருக்கிறார்களா? பெண்கள் புரோகிதர்களாகவும், போர் வீரர்களாகவும் வருவதை ஏற்கவேண்டும். இந்து சமூகம் பெண்கள் ஆசிரியைகளாகவும், பாரிஸ்டர்களாகவும் பணிபுரிவதை ஏற்கப் பழகிவிட்டது. பெண்கள் சாராயம் காய்ச்சுவோராகவும், கசாப்புக்காரர்களாகவும் பணிபுரிவதையும் கூட ஏற்கப் பழகிக் கொள்ளக் கூடும். ஆனால் பெண்கள் புரோகிதர்களாகவும், போர் வீரர்களாகவும் வருவதை இந்து சமூகம் ஏற்கும் என்று சொல்வதற்கு மிகுந்த துணிச்சல் வேண்டும். ஆனால் சதுர்வர்ண முறையைப் பெண்கள் விஷயத்தில் செயல்படுத்தினால் அது தர்க்கரீதியான விளைவாக ஏற்படத்தான் வேண்டும். இத்தனை இடர்பாடுகள் இருக்கும்போது

இவற்றையெல்லாம் கடந்து சதுர்வர்ண முறைக்குப் புத்துயிர் கொடுத்துவிட முடியும் என்று நம்புகிறவன் பிறவி மூடனாகத்தான் இருக்கமுடியும் என்பது எண்ணம்.

17

சதுர்வர்ணமுறை நடைமுறை சாத்தியமானது என்று வைத்துக் கொண்டாலும் கூட, அது மிகவும் கொடுமையான முறை என்றுதான் நிச்சயமாகக் கூறுவேன். பிராமணர் கல்வியறிவை வளர்க்க வேண்டும். க்ஷத்திரியர் ஆயுதம் ஏந்த வேண்டும், வைசியர் வியாபாரம் செய்ய வேண்டும். சூத்திரர் வேறு எதையும் செய்யத் தேவை இல்லை என்று கூறுவது இந்தத் தத்துவத்தின் நோக்கமா அல்லது வேறு எதுவும் செய்வது கூடாது என்று விதிப்பது அதன் நோக்கமா என்பது மிகவும் சுவாரசியமான கேள்வி. சதுர்வர்ண முறையின் ஆதரவாளர்கள் முதலில் கூறிய பொருளையே எடுத்துக் கொள்கிறார்கள். சூத்திரர்கள் செல்வம் சேர்க்கும் சிரமத்தை ஏன் எடுத்துக் கொள்ள வேண்டும். அவர்களுக்கு ஆதரவாக மூன்று வர்ணங்கள் இருக்கின்றனவே என்று அவர்கள் கூறுகிறார்கள். சூத்திரர் கல்வி கற்கும் சிரமத்தை ஏன் எடுத்துக் கொள்ளவேண்டும்? ஏதேனும் எழுதப் படிக்க அவசியம் ஏற்பட்டால் பிராமணரிடம் சென்று அதைச் செய்து கொள்ள முடியுமே? சூத்திரர் ஏன் ஆயுதம் தாங்குவது பற்றிக் கவலைப்படவேண்டும்? அவரைப் பாதுகாக்கத்தான் க்ஷத்திரியர் இருக்கிறாரே. இந்த விதமாக சதுர்வர்ணத் தத்துவத்துக்குப் பொருள் கொண்டால், சூத்திரர் மூன்று வர்ணங்களின் பாதுகாப்பில் உள்ளவராகவும், மூன்று வர்ணங்களும் அவரைப் பாதுகாப்பனவாகவும் ஆகிறது. இப்படிப் பொருள் கொண்டால் இது மிக எளிமையான, உயர்வான, கவர்ச்சியான தத்துவமாகத் தோன்றுகிறது.

இதுதான் சதுர்வர்ண முறையின் சரியான பொருள் என்று வைத்துக் கொண்டாலும் கூட இது தவறுக்கு இடமில்லாத அல்லது விஷயத்துக்கு இடமில்லாத முறையாக எனக்குத் தோன்றவில்லை. பிராமணர் அறிவை வளர்ப்பதிலும் ஷத்திரியர் திறமையாகப் போர் புரிவதிலும், வைசியர் பொருளாதார முயற்சியிலும் ஈடுபடத் தவறுவார்களானால் என்ன நேரும்? அல்லது அவர்கள் தங்களுக்குரிய பணிகளைச் செய்கிறார்கள். ஆனால் சூத்திரருக்கும், ஒரு வகுப்பார் மற்ற வகுப்பாருக்கும் செய்ய வேண்டிய கடமைகளை நிறைவேற்ற மறுக்கிறார்கள் என்றால் என்ன ஆகும்? மூன்று வகுப்பாரும்

நியாயமான நிபந்தனைகளின் பேரில் சூத்திரரை ஆதரிக்கவில்லை. அல்லது அவர்கள் ஒன்று சேர்ந்து சூத்திரரை அடக்கி வைக்க முயலுகிறார்கள் என்றால் சூத்திரர் கதி என்ன ஆவது? ஒரு சூத்திரரின் அல்லது வைசியர் அல்லது ஷத்திரியரின் அறியாமையைப் பயன்படுத்திக்கொண்டு ஆதாயம் தேட ஒரு பிராமணர் முயன்றால் அவர்களின் நலன்களை யார் பாதுகாப்பது? ஒரு சூத்திரரை அல்லது பிராமணரை அல்லது வைசியரை கொள்ளையடிப்பவர் ஷத்திரியராயிருந்தால் அந்த மூவரின் சுதந்திரத்தை யார் பாதுகாப்பது? ஒரு வகுப்பும் மற்றொரு வகுப்பும் பரஸ்பரம் ஒன்றையொன்று சார்ந்த இருப்பது தவிர்க்க முடியாததாகிறது. ஒரு வகுப்பு மற்றொரு வகுப்பைச் சார்ந்து இருப்பதும்கூட சில சமயம் அனுமதிக்கப்படலாம்.

ஆனால் அத்தியாவசியமான தேவைகளில் ஒரு மனிதன் மற்றொருவரைச் சார்ந்து இருக்கும்படி ஏன் செய்ய வேண்டும்? கல்வி ஒவ்வொருவருக்கும் அவசியம். தன்னைப் பாதுகாத்துக்கொள்ளும் சாதனங்கள் ஒவ்வொருவருக்கும் அவசியம். ஒவ்வொரு மனிதனும் தன்னைப் பாதுகாத்து வைத்துக்கொள்வதற்கு இவை மிகவும் அவசியமானவை. கல்வி அற்றவனாக, ஆயுதம் இல்லாதவனாக இருக்கும் ஒருவனுக்கு அண்டை வீட்டான் கற்றவனாக ஆயுதம் தரித்தவனாக இருப்பதால் என்ன லாபம்? இந்தத் தத்துவமே முழுவதும் அர்த்தமற்றது. சதுர்வர்ணத்தை ஆதரிப்பவர்கள் இந்தக் கேள்விகள் பற்றிக் கவலைப்படுவதில்லை. ஆனால் இவை கேட்க வேண்டிய கேள்விகள், சதுர்வர்ண முறையில் வகுப்புகள் பாதுகாப்பு அளிப்பவையாகவும் பாதுகாப்பு பெறுபவையாகவும் அமைக்கப்பட்டுள்ளன என்று வைத்துக்கொண்டாலும், பாதுகாக்க வேண்டியவர்கள் தவறான செயல்களைச் செய்யும்போது, பாதுகாப்புக்கு உரியவரின் நலன்களைக் காப்பதற்கு இந்த முறையில் ஏற்பாடு எதுவும் இல்லை. பாதுகாப்பவர் - பாதுகாக்கப்படுபவர் என்ற உறவுநிலைதான் சதுர்வர்ணத்தின் அடிப்படைக் கருத்து என்று கொண்டாலும், பாதுகாக்க வேண்டியவர்கள் தவறான செயல்களைச் செய்யும் போது, பாதுகாப்புக்கு உரியவரின் நலன்களைக் காப்பதற்கு இந்த முறையில் ஏற்பாடு எதுவும் இல்லை. பாதுகாப்பவர் - பாதுகாக்கப்படுபவர் என்ற உறவுநிலைதான் இருந்தது என்பதில் சந்தேகமில்லை. பிராமணர், க்ஷத்திரியர், வைசியர் ஆகிய மூன்று வகுப்புகளும் தங்களுடைய பரஸ்பர உறவுநிலை பற்றி திருப்திப்படவில்லை என்றாலும், சமரசமான முறையில் செயல்பட்டுவர

முடிந்தது. பிராமணர் க்ஷத்திரியரைப் புகழ்ந்து பேசினார்; இவரும் வைசியரை வாழவிட்டு, அவரை வைத்துத் தாங்கள் வாழ்ந்தார்கள். ஆனால் சூத்திரரை அடக்கி வைப்பதில் மூன்று வகுப்பாரும் சேர்ந்து கொண்டார்கள். சூத்திரர் மூன்று வர்ணங்களின் ஆதரவின்றிச் சுதந்திரமாக வாழ முடியாமல் செய்வதற்காக, அவர் செல்வம் சேர்க்க அனுமதிக்கப்படவில்லை.

தமது சொந்த நலனைக் காத்துக்கொள்ள விழிப்புணர்வு பெறாமல் தடுப்பதற்காக அவர் கல்வி கற்பது தடை செய்யப்பட்டது. மூன்று வகுப்பாரின் அதிகாரத்தை எதிர்த்து கிளர்ச்சி செய்ய முடியாமல் தடுப்பதற்காக அவருக்கு ஏந்தும் உரிமை தடை செய்யப்பட்டது. மூன்று உயர் வர்ணத்தாரும் சூத்திரர்களை இப்படித்தான் நடத்தினார்கள் என்பதற்கு மனுவின் சட்டங்களே சான்றாக உள்ளன. சக உரிமைகள் சம்பந்தமாக சட்டங்களில் மனுவின் சட்டங்களை விடக் கொடுமையானது வேறு எதுவும் இல்லை. சக அநீதி பற்றி எங்கிருந்து என் உதாரணங்களை எடுத்துக் காட்டினாலும் மனுவின் சட்டங்களுக்கு முன் அவை துரும்புக்குச் சமமாகிவிடும். பெரும் தொகையான மக்கள் இவ்வாறு சக கொடுமைகளுக்கு உட்படுத்தப்பட்ட போதும் அவர்கள் அவற்றை ஏன் சகித்துக்கொண்டார்கள்? உலகின் மற்ற நாடுகளில் சகப் புரட்சிகள் நடந்துள்ளன. இந்தியாவில் ஏன் அப்படி நடக்கவில்லை என்பதுபற்றி நான் மிகவும் சிந்தித்திருக்கிறேன். கொடுமைகள் நிறைந்த சதுர்வர்ண அமைப்பு, கீழ்வகுப்புகளைச் சேர்ந்த இந்துக்களை நேரடி நடவடிக்கையில் இறங்குவதற்கு முற்றிலும் சக்தியற்றவர்களாகச் செய்துவிட்டது என்பதுதான் இந்த கேள்விக்குக் கிடைக்கும் ஒரே விடை. ஆயுதம் ஏந்த அவர்களுக்கு உரிமை இல்லை. ஆயுதம் இல்லாததால் அவர்கள் கிளர்ச்சி செய்ய முடியவில்லை. இவர்கள் எல்லோரும் ஏர்பிடிக்கும் உழவர்களாயிருந்தார். அல்லது அவ்வாறு இருக்குமாறு வைக்கப்பட்டார்கள். ஏரின் கொழுமுனையை வாள் முனையாக மாற்ற அவர்கள் அனுமதிக்கப்படவில்லை. அவர்களிடம் துப்பாக்கி ஈட்டிமுனை இல்லை. எனவே யார் வேண்டுமானாலும் அவர்கள் மீது சவாரி செய்ய முடிந்தது. சதுர்வர்ண முறையில் அவர்கள் கல்வி கற்க முடியவில்லை. எனவே அவர்கள் தாங்கள் மீட்சி பெறும் வழியை அறியவோ அதுபற்றிச் சிந்திக்கவோ முடியாமற் போயிற்று. தாழ்ந்த நிலையிலேயே உழல்வது அவர்களது விதியாக்கப்பட்டது. அதிலிருந்து தப்பிக்கும் வழி தெரியாமலும் அதற்கான சாதனங்கள் இல்லாமலும் இருந்தால் நிரந்தர ஊழிய

வாழ்க்கையை சகித்துக்கொண்டு தவிர்க்க முடியாத விதி என்று ஏற்றுக் கொண்டார்கள். ஐரோப்பாவிலும் கூட பலம் உள்ளவன் பலம் இல்லாதவனை சுரண்டுவதற்கும், ஏன், கொள்ளையடிப்பதற்கும் கூடத் தயங்கியதில்லை என்பது உண்மையே. ஆனால் இந்தியாவில் இந்துக்கள் செய்தது போல, ஐரோப்பாவில் பலசாலிகள் சூழ்ச்சி வழிகள் செய்யவில்லை.

பலம் படைத்தவர்களுக்கும் பலமற்றவர்களுக்கும் இடையே சமூகப்போர்கள் இந்தியாவைவிட ஐரோப்பாவில் கடுமையாக நடந்து வந்திருக்கின்றன. ஆனால் ஐரோப்பாவின் பலவீன மக்கள் ராணுவ சேவையில் சேர சுதந்திரம் இருந்தது. அது அவர்களுக்கு உடம்பின் ஆயுதமாக அமைந்தது. அவர்களின் வாழ்க்கைத் துன்பம் அரசியல் ஆயுதம் ஆயிற்று. அவர்கள் கல்வி பெற வழி இருந்தது. அது அவர்களுக்குக் கிடைக்காமற் செய்யவில்லை. ஆனால் இந்தியாவில் இந்த ஆயுதங்கள் கீழ்வகுப்பு மக்களுக்குக் கிடைக்காமல் சதுர்வர்ண முறை தடை செய்துவிட்டது. சதுர்வர்ண முறையைவிட அதிகமாக மனிதனை இழிவுபடுத்தும் சமூக அமைப்பு எதுவும் இருக்க முடியாது. மக்கள் தங்களுக்கு உதவியான நடவடிக்கை எதிலும் ஈடுபட முடியாமல் உணர்வும் செயலும் இழக்கச் செய்து முடமாக்கி வைக்கும் முறை அது. இது மிகைப்படுத்திக் கூறுவதல்ல. சரித்திரம் இதற்குச் சான்றுகளை நிறையவே தருகிறது. இந்திய வரலாற்றிலேயே சுதந்திரமும் பெருமையும் புகழும் மிகுந்து விளங்கிய ஒரே காலம் மௌரியப் பேரரசின் காலம்தான். மற்ற எல்லாக் காலங்களிலும் நாடு தோல்வியிலும் இருளிலும் தவித்தது. மௌரியர் காலத்தில்தான் சதுர்வர்ணம் முற்றிலும் அழிக்கப்பட்டது. நாட்டு மக்களில் பெரும்தொகையினரான சூத்திரர்களை உரிமை பெற்று நாட்டின் ஆட்சியாளர்கள் ஆனார்கள். சதுர்வர்ணம் தழைத்திருந்த காலம்தான் நாட்டில் தோல்வியும், இருளும் சூழ்ந்து நாட்டு மக்களின் பெரும்பகுதியினர் அவல வாழ்க்கையில் தள்ளப்பட்டனர்.

18

சதுர்வர்ணம் புதியதல்ல, இது வேதங்களின் அளவுக்குப் பழமையானது. இதை நாம் ஏற்க வேண்டும் என்று ஆரிய சமாஜிகள் கூறுவதற்கு இதுவும் ஒரு காரணம். ஒரு சக அமைப்பு என்ற முறையில் இது தோல்வியடைந்துவிட்டது என்பது பழைய கால நிகழ்ச்சிகளிலிருந்து புலனாகிறது. எத்தனை முறை பிராமணர்கள்

க்ஷத்திரியர்களை அழித்து ஒழித்திருக்கிறார்கள்? எத்தனை முறை க்ஷத்திரியர்கள் பிராமணர்களை அழித்து ஒழித்திருக்கிறார்கள்? பிராமணர்களுக்கும், க்ஷத்திரியர்களுக்கும் இடையே நடந்த போராட்ட நிகழ்ச்சிகள் மகாபாரதத்திலும் புராணங்களிலும் நிறைய உள்ளன. பிராமணர், க்ஷத்திரியர் இருவரில் யார் முதலில் வணக்கம் கூறுவது. இருவரும் ஒரே தெருவில் சந்திக்கும்போது யார் முதலில் வழிவிடுவது என்பது போன்ற அற்ப விஷயங்களிலும் அவர்கள் சச்சரவிட்டிருக்கிறார்கள். பிராமணரைக் கண்டால் க்ஷத்திரியருக்கு வெறுப்பு. க்ஷத்திரியரைக் கண்டால் பிராமணருக்கு வெறுப்பு என்று ஆயிற்று. க்ஷத்திரியர்கள் கொடுங்கோலராகிவிட்டார்கள். சாதாரண மக்கள் சதுர்வர்ண முறையில் ஆயுதம் எதுவும் இல்லாத நிலையில் இவர்களின் கொடுங்கோன்மையிலிருந்து தங்களை விடுவிக்கும்படி எல்லாம் வல்ல இறைவனைப் பிரார்த்தித்துக் கொண்டிருந்தார்கள். கிருஷ்ண அவதாரமே க்ஷத்திரியர்களை வேரறுக்கும் புனித நோக்கத்துக்காவே எடுக்கப்பட்டது என்று பாகவதம் கூறுகிறது. இவ்வாறு வர்ணங்களிடையே போட்டியும் பகைமையும் இருக்கிறது என்பதை அறிந்த பின்பும் இந்து சமூகத்தைச் சீர்திருத்தி அமைப்பதற்குச் சதுர்வர்ண முறையை லட்சியமாக அல்லது மாதிரியாகக் கொள்ளுமாறு எப்படிக் கூறமுடியும்?

19

நான் இதுவரை, உங்களுடன் சேராதவர்களைப் பற்றி, உங்கள் லட்சியங்களுக்குப் பகிரங்கமாக விரோதமாயிருப்பவர்களை பற்றிப் பேசினேன். மற்றும் சிலர் உங்களுடன் சேராதவர்களாகவும் இல்லாமல் சேர்ந்தவர்களாகவும் இல்லாமல் காணப்படுகிறார்கள். இவர்களுடைய கருத்தைப் பற்றிப் பேச வேண்டுமா வேண்டாமா? என்று நான் யோசித்துக் கொண்டிருந்தேன். இறுதியாக, இரண்டு காரணங்களுக்காக நான் அதைப் பற்றிப் பேச வேண்டும் என்று முடிவு செய்தேன். முதலாவதாக, சாதிப் பிரச்சினையில் அவர்கள் கொண்டிருக்கும் மனப்பான்மை வெறும் நடுநிலைமையாக மட்டும் இல்லாமல் ஆயுதம் தரித்த நடுநிலைமையாக இருக்கிறது. இரண்டாவதாக இவர்களின் கருத்து கணிசமான தொகையுள்ள மக்களின் கருத்தாக இருக்கக் கூடும். இவர்களில் ஒரு சாரார் இந்துக்களின் சாதிமுறையில் தீமை எதுவும் இருப்பதாகக் கருதவில்லை. இவர்கள், முஸ்லீம்கள், சீக்கியர்கள், கிறிஸ்தவர்கள் ஆகியோரைச் சுட்டிக் காட்டி அவர்களிடை

- யிலும் சாதிகள் இருப்பதைக் கண்டு ஆறுதலடைகிறார்கள். இதைப் பரிசீலிக்கும் போது உலகில் எங்குமே மனித சமூகம் பிரிவுகள் இன்றி ஒன்றுபட்டதாக இல்லை என்பதை நினைவில் கொள்ள வேண்டும். எங்குமே அது பல பிரிவுகளாகத்தான் இருக்கிறது. செயல் உலகில் தனி மனிதன் ஒரு எல்லையிலும் சமூகம் மறு எல்லையிலும் இருக்கிறது. இந்த இரண்டு எல்லைகளுக்கும் இடையே சிறியதும் பெரியதுமாக எத்தனையோ விதமான கூட்டு அமைப்புகள் - குடும்பங்கள், நட்புறவு கட்சிகள், திருடர் கும்பல்கள், கொள்ளைக் கூட்டங்கள் அமைந்திருக்கின்றன. இந்த சிறிய குழுக்கள் பெரும்பாலும் உறுதியாக இணைந்து, சாதிகளைப்போலவே தனிமைப்பட்டவையாக உள்ளன. இவற்றுக்கெனத் தனியாக, குறுகியவையும் கட்டுப்பாடு மிக்கவையுமான விதிமுறைகள் உண்டு. பலசமயம் இந்த விதிமுறைகள் சமூக நலனுக்கு விரோதமாக இருக்கின்றன. ஐரோப்பாவிலும் சரி, ஆசியாவிலும் சரி எல்லாச் சமூகங்களும் இந்த நிலையில்தான் இருக்கின்றன. ஒரு சமூகம் லட்சிய சமூகமா, இல்லையா, என்பதைத் தீர்மானிப்பதற்கு அதில் பல்வேறு குழுக்கள் இருப்பதைப் பார்க்கக் கூடாது; ஏனென்றால் குழுக்கள் எல்லாச் சமூகங்களிலும் உள்ளன. லட்சிய சமூகமா என்பதைத் தீர்மாணிப்பதற்குக் கேட்க வேண்டிய கேள்விகள் - அதில் உள்ள குழுக்கள் தங்களிடையே பொதுவான நலன்கள் இருப்பதாக உணர்கின்றனவா? அத்தகைய நலன்கள் எத்தனை அதிகமான எத்தனை அதிக விதங்களாக உள்ளன? வேறு வகையான கூட்டு வாழ்க்கை அமைப்புகளுடன் கலந்துறவாடவாவது எவ்வளவு தாராளமாக எவ்வளவு முழுமையாக இருக்கிறது. குழுக்களையும் வகுப்புகளையும் பிரிக்கும் சக்திகள் அவற்றை இணைக்கும் சக்திகளை விட அதிகமாக உள்ளனவா? குழு வாழ்க்கைக்கு எந்த அளவு சமூக முக்கியத்துவம் அளிக்கப்படுகிறது? ஒரு குழு தனிமைப்பட்டதாக இருப்பதற்கு வழக்கமும் சௌகரியமும் காரணமா? அல்லது மத அடிப்படை காரணமா? இந்த வினாக்களுக்குக் கிடைக்கும் விடைகளை வைத்துத்தான் இந்து அல்லாதவர்களிடையே உள்ள சாதிகளும் இந்துக்களிடையே உள்ள சாதிகளும் ஒரே மாதிரியானவையா என்று தீர்மானிக்க வேண்டும். இப்படிப் பார்க்கும் போது முகமதியர், சீக்கியர், கிறிஸ்தவர் ஆகிய இந்து அல்லாதவர்களிடையே உள்ள சாதிமுறை இந்துக்களின் சாதி முறையிலிருந்து அடிப்படையிலேயே வேறுபட்டிருப்பதைக் காணலாம். முதலாவதாக, இந்துக்களிடையே ஒற்றுமை உணர்வுப் பிணைப்புகள்

இல்லை; ஆனால் இந்து அல்லாதவர்களிடையே இந்தப் பிணைப்புகள் பல உள்ளன. ஒரு சமூகம் பலம் வாய்ந்ததாக இருப்பது, அதில் உள்ள பல்வேறு குழுக்களும் தொடர்புகொள்வதற்கும் கலந்துறவாடுவதற்கும் உள்ள வாய்ப்புக்களைப் பொறுத்து இருக்கிறது. கார்லைல் இவற்றை "இணைக்கும் இழைகள்" என்று குறிப்பிடுகிறார். சமூகம் சிதறிப் போகாமல் பல்வேறு பகுதிகளையும் இவை ஒன்றாகத் தொடுத்து வைக்கின்றன. இந்துக்களிடையே சாதியினால் ஏற்படும் பிரிவினைகளை எதிர்த்துச் செயல்படுவதற்கு ஒருமைப்படுத்தும் சக்தி எதுவும் இல்லை. ஆனால் இந்து அல்லாதவர்களிடையே இந்த இணைக்கும் இழைகள் நிறைய இருக்கின்றன. இந்துக்களிடையே இருப்பதுபோல் இந்து அல்லாதவர்களிடையிலும் சாதிகள் இருந்தாலும் இந்துக்கள் சாதிக்கு அளிக்கும் சமூக முக்கியத்துவத்தை இந்து அல்லாதார் அளிப்பதில்லை. ஒரு முகமதியரை அல்லது சீக்கியரை நீங்கள் யார் என்று கேளுங்கள். நாம் ஒரு முகமதியர் என்றோ, சீக்கியர் என்றோ பதிலளிப்பார். அவருக்குச் சாதி இருந்தாலும் அதை அவர் சொல்வதில்லை. அவர் அளிக்கும் பதில் உங்களுக்கு திருப்தியான விடையாகிவிடுகிறது. தாம் ஒரு முஸ்லீம் என்று அவர் சொன்னால் நீங்கள் மேலும் தொடர்ந்து அவர் ஷியாவா, ஸன்னியா, ஷேக்கா, சையதா, கட்டிக்கா, பிஞ்ஜாரியா என்று கேட்க மாட்டார்கள். தாம் ஒரு சீக்கியர் என்று கூறினால், நீங்கள் தொடர்ந்து அவர் ஜாட்டா, ரோடாவா, மஜ்பியா, ராம்தாசியா என்று கேட்கமாட்டார்கள். ஆனால் ஒருவர் தாம் ஒரு இந்து என்று கூறினால், அந்தப் பதில் உங்களுக்குத் திருப்தியளிக்காது. அவர் என்ன சாதி என்று கேட்பீர்கள். ஏன் அப்படி? ஏனென்றால் இந்துவின் விஷயத்தில் சாதிக்கு மிகுந்த முக்கியத்துவம் இருப்பதனால் அவருடைய சாதி என்ன என்று தெரியவில்லை என்றால் அவர் எப்படிப்பட்ட மனிதர் என்பதை நீங்கள் தெரிந்து கொண்டாக வேண்டும் என நினைக்க மாட்டீர்கள்.

இந்துக்களைப் போல இந்து அல்லாதாரிடையே சாதிக்கு அதிக முக்கியத்துவம் இல்லை என்பதை, சாதியை மீறி நடப்பதால் ஏற்படும் விளைவுகளை வைத்துப் புரிந்துக் கொள்ளலாம். சீக்கியர்களிடையேயும் முகமதியர்களிடையேயும் சாதி இருந்தாலும், ஒரு சீக்கியர் அல்லது முகமதியர் சாதியை மீறி நடந்தால் உடனே அவரை சாதியிலிருந்து விலக்கி வைப்பது என்ற எண்ணமே அவர்களிடம் கிடையாது.

ஆனால் ஒரு இந்து சாதியை மீறி நடந்தால் அவர் நிச்சயமாக

சாதியிலிருந்து விலக்கி வைக்கப்படுவார். இந்துக்களும் இந்து அல்லாதவர்களும் சாதிக்கு அளிக்கும் சமூக முக்கியத்துவத்தில் உள்ள வித்தியாசத்தை இதிலிருந்து தெரிந்து கொள்ளலாம். இது இரண்டாவது வித்தியாசம். மூன்றாவதாக மிக முக்கியமான வித்தியாசம் ஒன்று இருக்கிறது. இந்து அல்லாதவர்ளிடையே சாதி மத ரீதியான புதிய ஏற்பாடாக இல்லை. ஆனால் இந்துக்களுக்கு அது மத ரீதியில் புனிதமானது. இந்து அல்லாதவர்களுக்குச் சாதி ஒரு வழக்கம் மட்டுமே. அது ஒரு புனிதமான அமைப்பு அல்ல. அதைத் தொடங்கியவர்கள் அவர்கள் அல்ல. அவர்களுக்கு அது பழைய வழக்கத்தின் தொடர்ச்சியே. அவர்கள் சாதியை ஒரு மதக் கோட்பாடாகக் கருதுவதில்லை. ஆனால் இந்துக்களுக்கு சாதிகள் தனிமைப்பட்டும் கலந்து விடாமலும் இருக்கும்படிப் பாதுகாப்பது மதக் கோட்டிபாட்டின் கட்டாயமாகிறது. இந்து அல்லாதவர்களுக்கு அப்படி இல்லை. எனவே இந்து அல்லாதவர்களிடையே சாதிக்கு சமூக முக்கியத்துவம் இல்லை என்பதையும், சாதி வித்தியாசங்கள் மீற சமூக ஒற்றுமையை வளர்க்கும் உயிர்ப்பு இவர்கள் பல இருப்பதையும் கவனிக்காமல், சாதிகள் இருக்கின்றன என்பதை மட்டும் பார்த்து இந்துக்கள் ஆறுதல் கொள்வது ஆபத்தான மாயையாகும். இந்த மாயையிலிருந்து இந்துக்கள் விரைவில் விடுபடுவது நல்லது.

மற்றொரு சாரார் இந்துக்களுக்கு சாதி ஒரு பெரிய பிரச்சினை இல்லை என்று கருதுகிறார்கள். இந்துக்கள் இத்தனை காலம் தொடர்ந்து வாழ்ந்து வந்திருக்கிறார்கள் என்றும், இதுவே அவர்கள் இனியும் தொடர்ந்து வாழமுடியும் என்பதை நிரூபிக்கிறது என்றும் இவர்கள் கூறுகிறார்கள். இவர்களின் கருத்தை பேராசிரியர் எஸ்.ராதாகிருஷ்ணன் "வாழ்க்கையைப் பற்றி இந்துக்களின் நோக்கு" (View of life) என்ற நமது நூலில் நன்றாக எடுத்துரைத்திருக்கிறார். இந்து மதத்தைப் பற்றி அவர் கூறுகிறார் : "இந்து நாகரிகம் இன்று, நேற்று தோன்றியதல்ல. அதன் சரித்திரச் சான்றுகள் நாலாயிரம் ஆண்டுகளுக்கு மேல் பழமையானவை. அந்தப் பழங்காலத்திலேயே அது ஒரு உயர்ந்த நிலையை அடைந்திருந்தது. அப்போது முதல் அது இடையீடின்றித் தொடர்ந்து சிற்சில சமயம் மந்தகதியிலும் சமநிலையிலும் இன்றுவரை வளர்ந்து வந்திருக்கிறது. நாலாயிரம் அல்லது ஐயாயிரம் ஆண்டுகாலமாக ஆன்மீக சிந்தனையிலும் அனுபவத்திலும் தோய்ந்த இந்த நாகரிகம் பல சோதனைகளைச் சந்தித்து மீண்டிருக்கிறது. சரித்திரத்தின் உதய காலத்திலிருந்தே

பல்வேறு இனங்களையும் பண்பாடுகளையும் சேர்ந்த மக்கள் இந்தியாவுக்குள் வந்து குவிந்துகொண்டிருந்தபோதிலும் இந்து மதம் உயர்ந்து நிற்கும்நிலை மாறிவிடவில்லை.

அரசியல் ஆதிக்கம் பெற்றவர்களின் ஆதரவுடன் மதமாற்றம் செய்தவர்களால்கூட மிகப் பெரும்பாலான இந்துக்களைத் தங்கள் வழிக்கு மாற்ற முடியவில்லை. இந்து பண்பாட்டில் ஏதோ ஒரு உயிராற்றல் இருக்கிறது. சக்திமிக்க வேறு சில பண்பாடுகளில் அது இல்லை. ஒரு மரத்துக்கு உயிரளிக்கும் உள் சாறு வேரிலிருந்து ஏறிப் பரவிக்கொண்டிருக்கிறதா என்பதை மரத்தைப் பிளந்து பார்க்காமலே தெரிந்து கொள்ளலாம். "பேராசிரியர் ராதாகிருஷ்ணன் மிகுந்த மதிப்புக் கொடுத்து லயித்துப் படிக்கிறார்கள். ஆனால் நான் மனம்திறந்து பேசத் தயங்கமாட்டேன். ஏனென்றால் உயிருடன் இருப்பதாலேயே உயிர் வாழத் தகுதி இருக்கிறது என்ற நேர்மையற்ற வாதத்திற்கு அவரது வார்த்தைகள் ஆதாரமாகக் கொள்ளப்படும் என்று நான் அஞ்சுகிறேன். ஒரு சமுதாயம் வாழ்கிறதா இறக்கிறதா என்பது இங்கு பிரச்சினை அல்ல என்பது என் கருத்து என்ன நிலையில் வாழ்கிறது என்பதே முக்கியம் உயிர் வாழ்வதில் பல விதங்கள் உள்ளன. அவை எல்லாமே ஒரே மாதிரி கௌரவமானவை அல்ல. தனி மனிதருக்கும் சரி, ஒரு சமூகத்துக்கும் சரி, வெறு வாழ்வுக்கும் மதிப்புடன் வாழ்வதற்கும் இடையே பெரும் இடைவெளி இருக்கிறது. போரில் வென்று புகழ் சிறக்க வாழ்வதும் வாழ்வுதான். தோற்றுச் சரணடைந்து கைதியாக வாழ்வதும் வாழ்வுதான். இந்துக்கள் அழிந்து போகாமல் வாழ்ந்து வருகிறார்கள் என்பதை மட்டும் வைத்து ஒரு இந்து பெருமை பாராட்டுவது பயனற்றது. வாழ்ந்து வந்துள்ள வாழ்க்கையின் தரம் எப்படிப்பட்டது என்பதை அவர் எண்ணிப் பார்க்கவேண்டும். அப்படி எண்ணிப்பார்த்தால் பெருமைப்படுவதற்கு நிச்சயமாக இடம்இல்லை. இந்துவின் வாழ்க்கை தோல்விகளின் தொடர்கதையாகவே இருந்திருக்கிறது. நித்தியமான வாழ்க்கை என்று அவருக்குத் தோன்றுவது உண்மையில் நித்தியமாக வாழ்ந்து வரும் வாழ்க்கையல்ல. நித்தியமாக அழிந்துகொண்டு வரும் வாழ்க்கையே ஆகும். உண்மையை ஒப்புக்கொள்ளத் தயங்காத நேர்மையான உள்ளம் படைத்த எந்த இந்துவும் வெட்கப்படக்கூடிய பிழைப்பு இது.

20

உங்களுடைய சமூக அமைப்பை மாற்றாமல் நீங்கள் சிறிது கூட முன்னேற்றம் காண முடியாது. தற்காப்புக்கோ அல்லது போர் தொடுப்பதற்கோ மக்களை ஒன்றுதிரட்ட முடியாது. சாதியை அடிப்படையாக வைத்த நீங்கள் எதையும் உருவாக்க முடியாது. தேசிய இனத்தை உருவாக்க முடியாது. ஒரு ஒழுக்கப் பண்பை உருவாக்க முடியாது. சாதியை அடிப்படையாக வைத்து நீங்கள் எதை உருவாக்கினாலும் அது உடைந்து சிதறி உருப்படாமற்போகும்.

இப்போது நாம் பரிசீலிக்க வேண்டிய பிரச்சினை இதுதான். இந்து சமூக அமைப்பைச் சீர்திருத்தம் செய்வது எப்படி? சாதியை ஒழிப்பது எப்படி? இது மிக முக்கியமான பிரச்சினையாகும். சாதிச் சீர்திருத்தத்துக்கு முதல்படி கிளைச்சாதிகளை ஒழிப்பதே என்று ஒரு கருத்து இருக்கிறது. சாதிகளுக்கிடையில் இருப்பதை விடக் கிளைச் சாதிகளுக்கிடையே பழக்கவழக்கங்களிலும் அந்தஸ்திலும் அதிக ஒற்றுமை இருக்கிறது. எண்ணத்தில் அடிப்படையிலும் அதிக ஒற்றுமை இருக்கிறது. எண்ணத்தில் அடிப்படையில் இந்தக் கருத்து கூறப்படுகிறது. இது தவறான எண்ணம் என்று கருதுகிறேன். வடஇந்திய, மத்திய இந்திய பிராமணர்கள் தக்காணத்திலும் தென்னிந்தியாவிலும் உள்ள பிராமணர்களைவிட சக அந்தஸ்தில் மிகவும் கீழான நிலையில் இருக்கிறார்கள். வட இந்திய மத்திய இந்திய பிராமணர்கள் சமையற்காரர்களாகவும், தண்ணீர் எடுப்போராகவும் மட்டுமே இருக்கிறார்கள். தக்காண, தென்னிந்திய பிராமணர்கள் சமூகத்தில் உயர்ந்த அந்தஸ்து பெற்றிருக்கிறார்கள். வட இந்தியாவில் உள்ள வைசியர்களும் காயஸ்தர்களும் அறிவு வளர்ச்சியிலும் சமூக அந்தஸ்திலும் தக்காண, தென்னிந்திய பிராமணர்களுக்குச் சமமாக இருக்கிறார்கள். மேலும் உணவு விஷயத்தில் தக்காண, தென்னிந்திய பிராமணர்கள் சைவ உணவுக்காரர்களாகவும், கஷ்மீரிலும், வங்காளத்திலும் உள்ள பிராமணர்கள் அசைவ உணவுக்காரர்களாவும் இருக்கிறார்கள். ஆனால் இந்த விஷயத்தில் தக்காண, தென்னிந்திய பிராமணர்களுக்கும், பிராமணரல்லாத குஜராத்திகள், மார்வாரிகள், பனியாக்கள், ஜெயின்கள், ஆகியோருக்கும் இடையே ஒற்றுமை இருக்கிறது. எனவே, கிளைச் சாதிகளை இணைப்பதில், தென்னாட்டு பிராமணர்களை வடநாட்டு பிராமணர்களுடன் இணைப்பது நடைமுறை

சாத்தியமானதல்ல. அதைவிட இந்திய காயஸ்தர்களையும் மற்ற பிராமணரல்லாதவர்களையும் தக்காணத்திலும் திராவிடப் பகுதியிலும் உள்ள பிராமணரல்லாதவர்களுடன் இணைப்பது சாத்தியமாயிருக்கும். ஆனால் கிளைச்சாதிகளை இணைப்பது சாத்தியம் என்று வைத்துக் கொண்டாலும், அவ்வாறு கிளைச் சாதிகளை ஒழிப்பதன் மூலம் சாதி ஒழிந்துவிடும் என்பது என்ன நிச்சயம்? மாறாக கிளைச் சாதிகளை ஒழிப்பதுடன் இது நின்றுவிடக் கூடும். இதனால் சாதிகள் முன்னைவிட அதிக வலுப்பெற்று, மேலும் அதிகத் தொல்லை தரக்கூடும். எனவே இந்த வழியில், சாதியை ஒழிக்க முயல்வது பயனற்றது மட்டுமின்றி வேண்டாத விளைவுகளையும் ஏற்படுத்தக்கூடும்.

சாதியை ஒழிப்பதற்குக் கூறப்படும் மற்றொரு ஆரம்பவழி சமபந்தி போஜனம் இப்போதும் அனுமதிக்கப்படுகிறது. ஆனால் இதன் மூலம் சாதி உணர்வு ஒழிந்துவிடவில்லை என்பதை அனுபவத்தில் பார்க்கிறோம். சாதி ஒழிப்புக்கு உண்மையான வழி, கலப்புமணம்தான் என்று நான் உறுதியாக நம்புகிறேன். இரத்தக் கலப்பின் மூலம்தான் உற்றார் உறவினர் என்ற உணர்வு ஏற்படும். இந்த உறவு உணர்வு ஏற்பட்டு வலுவடைந்தாலன்றி, சாதியினால் ஏற்பட்டிருக்கும் வேற்றுமை உணர்வு - ஒருவருக்கொருவர் அந்நியராக நினைப்பது மறையாது. இந்து அல்லாதவர்களை விட இந்துக்களிடையே கலப்பு மணம் சமூக வாழ்வில் அதிக ஆற்றல் வாய்ந்த அம்சமாக இருக்கும்; சமூகத்தில் மற்றப் பிணைப்புகள் மூலம் வலுவான இணைப்பு இருக்கும்போது திருமணம் என்பது சாதாரண நிகழ்ச்சியாகவே இருக்கும். ஆனால் சமூகம் துண்டுபட்டுச் சிதறியிருக்கும் நிலையில் திருமணம் ஒரு பிணைப்புச் சக்தியாக வருவது அவசரத் தேவையாகிறது. சாதியை உடைப்பதற்கு உண்மையான தீர்வு கலப்புமணமே. வேறு எதுவும் சாதியை கரைக்க முடியாது. உங்களுடைய சாத்-பட்-தோடக் மண்டல் இந்த வழியைப் பின்பற்றுகிறது. இது சாதியை நேர் எதிர் நின்று தாக்கும் தாக்குதலாகும். நோய் என்ன என்பதைச் சரியாகக் கண்டுபிடித்ததற்காகவும், இந்துக்களிடம் உள்ள உண்மையான தவற்றை தைரியமாக எடுத்துக் கூறியதற்காகவும் நான் உங்களைப் பாராட்டுகிறேன். அரசியல் கொடுமையை விடச் சமூகக் கொடுமை பயங்கரமானது. எனவே சமூகத்தை எதிர்த்து நிற்கும் சீர்திருத்தவாதி, அரசாங்கத்தை எதிர்க்கும் அரசியல்வாதியை விட தீரம் மிகுந்தவன். சமபந்தி போஜனமும், கலப்புமணமும் சாதாரண நடைமுறைகளாகும் போதுதான் சாதியின் சக்தி அழியும் என்று நீங்கள் கருதுவது சரியானதே. நோயின் மூலத்தை நீங்கள் கண்டுபிடித்துவிட்டீர்கள்.

ஆனால் நோயை தீர்க்க நீங்கள் கூறும் மருந்து சரியான மருந்துதானா? நீங்கள் உங்களையே கேட்டுக் கொள்ளுங்கள். மிகப் பெரும்பாலான இந்துக்கள் சமபந்தி போஜனமும், கலப்புமணமும் செய்யாமலிருப்பது ஏன்? உங்கள் கொள்கைக்கு மக்களிடையே ஆதரவு இல்லாமலிருக்கக் காரணம் என்ன? இதற்கு ஒரே விடைதான் இருக்க முடியும். சமபந்தி போஜனமும் கலப்பு மணமும் இந்துக்கள் புனிதமாகக் கருதும் நம்பிக்கைகளுக்கும், கொள்கைகளுக்கும் எதிரானவை என்பதுதான் இந்த விடை. சாதி என்பது இந்துக்கள் கலந்து உறவாடுவதற்குத் தடையாக உள்ள கற்சுவரோ, கம்பி வேலியோ அல்ல. சாதி என்பது ஒரு எண்ணம். ஒரு மனநிலை. எனவே சாதியை ஒழிப்பது ஒரு பௌதிகத் தடையை அழிக்கும் செயல் அல்ல. மக்களின் எண்ணத்தில் மாற்றம் ஏற்படுத்தும் செயல். சாதி ஒரு தீமையாயிருக்கலாம். மனிதனுக்கு மனிதன், மனிதத் தன்மையற்ற முறையில் நடந்துகொள்வதற்கு அது காரணமாயிருக்கலாம். ஆயினும் இந்துக்கள் சாதிமுறையைப் பின்பற்றுகிறார்கள் என்றால் அதற்குக் காரணம் அவர்கள் மனிதத் தன்மை அற்றவர்கள் என்பதோ விபரீத புத்தி கொண்டவர்கள் என்பதோ அல்ல. அவர்கள் ஆழ்ந்த மதப்பற்றுக் கொண்டவர்களாயிருப்-பதனாலேயே சாதிமுறையைப் பின்பற்றுகிறார்கள். சாதி முறையைப் பின்பற்றுவது மக்களின் தவறு அல்ல. சாதிமுறையை அவர்கள் உள்ளத்தில் ஊற வைத்திருக்கும் மதத்தைத்தான் இதற்குக் குறை கூற வேண்டும். இது சரியான கருத்து என்றால் நீங்கள் எதிர்த்துப் போராட வேண்டியது சாதிமுறையைப் பின்பற்றும் மக்களை அல்ல; சாதியை போற்றுகின்ற மதத்தைக் கற்பிக்கும் சாஸ்திரங்களைத்தான் நீங்கள் எதிர்க்க வேண்டும். சமபந்தி போஜனம் செய்யாதவர்களையும், கலப்பு மணம் செய்யாதவர்களையும் கண்டித்தும், கேலி செய்தும் பேசுவதோ, அவ்வப்போது, சமபந்தி போஜனங்களும் கலப்பு மணங்களும் நடத்துவதோ சாதியை ஒழிக்கும் நோக்கம் நிறைவேற உதவாது.

சாஸ்திரங்கள் புனிதமானவை என்ற நம்பிக்கையை ஒழிப்பதே இதற்குச் சரியான வழியாகும். மக்களின் நம்பிக்கைகளையும் கருத்துகளையும் சாஸ்திரங்களே உருவாக்கும் நிலை தொடர அனுமதித்தால் உங்கள் நோக்கம் எப்படி நிறைவேறும்? சாஸ்திரங்களின் அதிகாரத்தை எதிர்க்காமல், சாஸ்திரங்களைப் பின்பற்றி மக்கள் செய்யும் செயல்களை மட்டும் குறை கூறுவது

பொருத்தமற்றது. சாஸ்திரங்கள் மூலம் மக்களின் மனத்தில் ஊறிப்போயிருக்கும் நம்பிக்கைகள்தான் அவர்களின் செயல்களு-கெல்லாம் காரணம்: சாஸ்திரங்கள் புனிதமானவை என்ற நம்பிக்கை ஒழியாதவரை அவற்றை அடிப்படையாகக் கொண்ட நடத்தைகளில் மாற்றம் ஏற்படாது.

தீண்டாமையை ஒழிக்கப் பாடுபடும் சீர்திருத்தக்காரர்கள், மகாத்மா காந்தி உட்பட, இதை உணராமலிருக்கிறார்கள். எனவே அவர்களின் முயற்சிகள் பலனளிக்காததில் ஆச்சரியமில்லை. அவர்கள் பின்பற்றிய தவறான வழியிலேயே நீங்களும் செல்வதாகத தோன்றுகிறது. சமபந்தி போஜனங்களும் கலப்பு மணங்களும் நடத்த வேண்டும் என்று கிளர்ச்சிகள் செய்வதும், அவற்றை நடத்துவதும் செய்றகையான முறையில் கட்டாயமாக உணவைத் திணிப்பது போன்றது. ஒவ்வொரு ஆணும் பெண்ணும் சாஸ்திரத்தின் அடிமைத் தளையை அறுத்து விடுதலை பெறச் செய்யுங்கள்; சாஸ்திரங்களை அடிப்படையாகக் கொண்டு அவர்கள் மனத்தில் படிந்து போயிருக்கும் நச்சுக் கருத்துக்களைத் துடைத்தெறியுங்கள். இதைச் செய்தால் நீங்கள் சொல்லாமலே அவர்கள் சமபந்தி போஜனம் செய்வார்கள்; கலப்பு மணம் புரிவார்கள். வார்த்தைச் சாலங்கள் செய்வதில் பயனில்லை. சாஸ்திரங்களை இலக்கணப்படி வாசித்து தர்க்கரீதியான முறையில் பொருள் கொண்டால் அவற்றின் அர்த்தம் நாம் நினைப்பதுபோல இல்லை என்று விளக்கிக்கொண்டிருப்பது பயனற்றது சாஸ்திரங்களை மக்கள் எப்படிப் புரிந்துகொண்டிருக்கிறார்கள் என்பதுதான் முக்கியம். புத்தர் செய்ததுபோல, குருநானக் செய்தது போல நீங்கள் செயல்பட வேண்டும். சாஸ்திரங்களைப் புறக்கணித்தால் மட்டும் போதாது. அவற்றின் அதிகாரத்தையே மறுக்க வேண்டும். புத்தரும் நானக்கும் செய்தது அதுதான். சாதி புனிதமானது என்ற எண்ணத்தை மக்கள் மனத்தில் பதிய வைத்திருக்கு மதம்தான் எல்லாக் கேட்டுக்கும் மூல காரணம் என்று இந்துக்களிடம் கூற வேண்டும். இதற்கு உங்களுக்குத் தைரியம் இருக்குமா?

21

நீங்கள் வெற்றி பெறுவதற்கு என்ன வாய்ப்புகள் இருக்கின்றன? சமூக சீர்திருத்தம் பலவகையானது மக்களின் மத நம்பிக்கைகளுடன் சம்பந்தப்படாமல் உலகியல் விஷயங்கள் சம்பந்தமாக சீர்திருத்தம் ஒருவகை மக்களின் மதநம்பிக்கைகள் சம்பந்தப்பட்ட சீர்திருத்தம்

மற்றொரு வகை இந்த இரண்டாவது வகையான சீர்திருத்தத்திலும் இரண்டு விதங்கள் உள்ளன. ஒரு விதம், மதக் கொள்கைகளுக்கு இணக்கமானது; மதக்கொள்கைகளை விட்டு விலகிச் சென்றவர்களை மீண்டும் அவற்றைப் பின்பற்றத் தூண்டுவது, இரண்டாவது விதம், மதக் கொள்கைகளுக்கு நேர் முரணானது. மதக் கொள்கைகளை கைவிட்டு, அவற்றின் அதிகாரத்தை மறுத்து, அவற்றுக்கு எதிராகச் செயல்படுமாறு மக்களைத் தூண்டும் சீர்திருத்தம் இது. சாதிக்கு அடிப்படையான இருப்பவை சில மத நம்பிக்கைகள். இந்த நம்பிக்கைகளுக்கு ஆதாரமாயிருப்பவை சாஸ்திரங்கள். இந்தச் சாஸ்திரங்கள் தெய்வீக சக்தியும், அசாதாரணமான ஞானமும் பெற்ற ரிஷிகளின் கட்டளைகள் என்றும், எனவே அவற்றை மீறி நடப்பது பாவம் என்றும் மக்கள் நம்புகிறார்கள். சாதியை ஒழிக்கும் சீர்திருத்தம், மூன்றாவது பிரிவைச் சேர்ந்தது. மக்கள், சாதியைக் கைவிட வேண்டும் என்று கூறுவது அவர்களுடைய அடிப்படையான மதக் கருத்துக்களுக்கு மாறாக நடக்கும்படிக் கூறுவதாகும். முதல் இரண்டு வகையான சீர்திருத்தங்களையும் செய்வது எளிது. மூன்றாவது வகை மிகக் கடினமானது. இந்துக்கள் சமூக அமைப்பைப் புனிதமானதாகக் கருதுகிறார்கள். சாதி, தெய்வீக அடிப்படை கொண்டாதாகக் கருதப் படுகிறது. எனவே சாதி புனிதமானது, தெய்வீகமானது என்ற கருத்தை அழிக்க வேண்டும். இறுதியாக பார்க்கும்போது சாஸ்திரங்கள், வேதங்கள் ஆகியவற்றின் அதிகாரத்தை அழிக்க வேண்டும் என்பதே இதன் பொருள்.

சாதியை ஒழிப்பதற்கான வழிமுறைகள் பற்றி இவ்வளவு முக்கியமாக வலியுறுத்திப் பேசியதற்குக் காரணம், குறிக்கோளை அறிந்து கொள்வதைவிட அதை அடையும் வழிமுறைகளை அறிவது அதிக முக்கியம் என்பதுதான். சரியான வழியைத் தெரிந்து கொள்ளவில்லை என்றால் உங்கள் முயற்சிகளெல்லாம் வீணாகிவிடும். நான் ஆய்ந்து கூறிய கருத்து சரியானது என்றால், உங்கள் முன் உள்ள பணி மிகக் கடுமையானது. இதை நீங்கள் நிறைவேற்ற முடியுமா என்பதை நீங்கள்தான் கூறமுடியும்.

என்னைப் பொறுத்தமட்டில் இந்தப் பணி அநேகமாக இயலாதது என்று கூறும்படி இருக்கிறது. இப்படி நான் நினைப்பதற்கு என்ன காரணம் என்று நீங்கள் கேட்கலாம். இதற்குப் பல காரணங்கள் உள்ளன. இவற்றில் முக்கியமான சிலவற்றை இங்கே குறிப்பிடுகிறேன்.

இந்தப் பிரச்சினையில் பிராமணர்கள் காட்டும் விரோத மனப்பான்மை ஒரு காரணம். பிராமணர்கள் அரசியல் சீர்திருத்த இயக்கங்களிலும் சில சமயம் பொருளாதாரச் சீர்திருத்தத்திலும் முன்னனியில் நிற்கிறார்கள். ஆனால் சாதித் தடைகளை உடைக்கப் புறப்பட்டிருக்கும் படையில் கடைசி இடத்தில் கூட அவர்கள் காணப்படவில்லை. வருங்காலத்திலாவது பிராமணர்கள் இதை முன் நின்று நடத்த வருவார்கள் என்று நம்பமுடியுமா? முடியாது என்றே நான் சொல்லுவேன். ஏன் என்று நீங்கள் கேட்கலாம். சமூகச் சீர்திருத்தங்களில் சேராமல் அவர்கள் தொடர்ந்து விலகியிருப்பார்கள் என்பதற்குக் காரணம் இல்லை என்று நீங்கள் கூறலாம்.

இந்து சமூகத்தின் கேட்டுக்குக் காரணம் சாதியே என்பது பிராமணர்களுக்குத் தெரியும் என்றும், அறிவு பெற்ற ஒரு வகுப்பு என்ற முறையில் அதன் விளைவுகள் பற்றி அவர்கள் அலட்சியமாயிருக்க மாட்டார்கள் என்றும் நீங்கள் வாதிடலாம். பிராமணர்களில் லௌகிகக் கருத்து கொண்டவர்களும், வைதிகக் கருத்து கொண்டவர்களும் இருக்கிறார்கள் என்றும், சாதி எதிர்ப்பாளர்களை இரண்டாவது பிரிவினர் ஆதரிக்கவில்லை என்றாலும் முதல் பிரிவினர் ஆதரிப்பார்கள் என்றும் நீங்கள் கூறலாம். இவையெல்லாம் சாத்தியம் போலத்தான் தோன்றுகிறது. ஆனால் சாதிமுறையை உடைப்பது பிராமண சாதிக்கே ஆபத்தாக முடியும் என்பதை மறந்து விடுகிறீர்கள். இதை நினைவில் கொண்டால், பிராமண சாதியின் அதிகாரத்தையும், செல்வாக்கையும் அழிக்கக் கூடிய ஒரு இயக்கத்தை முன்நின்று நடத்த பிராமணர்கள் முன் வருவார்கள் என்று கூற முடியுமா? வைதீக பிராமணர்களுக்கு எதிரான ஒரு இயக்கத்தில் லௌகீக பிராமணர்கள் கலந்து கொள்வார்கள் என்று எதிர்பார்க்க முடியுமா? லௌகீக பிராமணர், வைதீக பிராமணர் என்ற வித்தியாசப்படுத்துவதே பயனற்றது என நான் கருதுகிறேன். இரண்டு வகையினருமே உற்றார் உறவினராயிருப்பவர்கள். ஒரே உடம்பின் இரண்டு கைகளைப் போன்றவர்கள் அவர்கள், ஒரு கை இன்னொரு கையைப் பாதுகாக்கப் போராடும் என்பது நிச்சயம். இந்தச் சந்தர்ப்பத்தில் பேராசிரியர் டைஸி (Dycey) "ஆங்கிலேயே அரசியலமைப்பு" என்ற தமது நூலில் கூறியுள்ள சில முக்கியமான கருத்துக்களைக் குறிப்பிடுவது பொருத்தமாகும். பார்லிமெண்டின் சட்டம் இயற்றும் அதிகாரத்துக்கு இருக்கும் பிரத்தியட்ச வரம்புகள் பற்றிக்

குறிப்பிடுகையில் டைஸி கூறுகிறார்: "ஒரு அரசன், அல்லது குறிப்பாக, பார்லிமெண்ட் தனது அதிகாரத்தைச் செயல்படுத்துவதற்கு இரண்டு கட்டுப்பாடு வரம்புகள் இருக்கின்றன. இவற்றில் ஒன்று புறக்கட்டுப்பாடு, மற்றது உள் கட்டுப்பாடு ஒரு சட்டத்தை மக்கள் அல்லது பெரும் எண்ணிக்கையான மக்கள் கீழ்ப்படிய மறுப்பார்கள். அல்லது எதிர்ப்பார்கள் என்ற சாத்தியம் அல்லது நிச்சயம் அரசனின் அதிகாரத்துக்குப் புறக்கட்டுப்பாடாகும் அதிகாரத்தைச் செயல்படுத்துவதில் உள்கட்டுப்பாடு அரசனின் இயல்பைப் பொறுத்தது.

ஒரு எதேச்சாதிகாரி கூட தனது அதிகாரத்தைத் தனது இயல்புக்குத் தகுந்த முறையிலேயே செலுத்துகிறான். அவனது இயல்பு அவன் வாழும் சூழ்நிலைகளால் உருவாக்கப்படுகிறது. சூழ்நிலை என்பதில் அவனுடைய சமூகத்தில் அவனுடைய காலத்தில் என்ன அறநெறி உணர்வுகள் இருந்தன என்பதும் அடங்கும். சுல்தான் விரும்பினால் கூட முகமதிய உலகின் மதத்தை மாற்றி விட முடியாது. அவனால் அது முடியும் என்றாலும் கூட முகமதிய மதத்தின் தலைவர் என்ற முறையில் தமது மதத்தைக் கவிழ்த்து விடுவார் என்பது நடக்கக் கூடிய காரியம் அல்ல. சுல்தான் தனது அதிகாரததைச் செயல்படுத்துவதற்கு உள்கட்டுப்பாடும் புறக்கட்டுப்பாட்டைப் போலவே பலமானது போய் ஏன் இந்தச் சீர்திருத்தத்தை அல்லது அந்தச் சீர்திருத்தத்தைச் செய்யாமலிருக்கிறார் என்று மக்கள் சில சமயங்களில் வீண் கேள்வி கேட்கிறார்கள். இதற்கு விடை புரட்சிக் கருத்து கொண்ட ஒரு மனிதர் போப் ஆக மாட்டார், அல்லது போப் ஆகிறவர் புரட்சிக்காரராக விரும்ப மாட்டார் என்பதே. இந்தக் கருத்து இந்தியாவின் பிராமணர்களுக்கும் பொருந்தும் என்று நான் நினைக்கிறேன். போப் ஆகிய ஒரு மனிதர் புரட்சிக்காரர் ஆக விரும்பமாட்டார் என்பது எவ்வளவு உண்மையோ, அதேபோல பிராமணராகப் பிறந்த ஒருவர் புரட்சிக்காரராக விரும்பமாட்டார் என்பதும் உண்மை. சமூக சீர்திருத்தத்தில் ஒரு பிராமணர் புரட்சிக்காரராக இருப்பார் என்று எதிர்பார்ப்பது, லெஸ்லி ஸ்டீஃபன் கூறியதுபோல், நீலநிற விழிகள் உள்ள எல்லாக் குழந்தைகளையும் கொன்றுவிட வேண்டும் என்று பிரிட்டிஷ் பார்லிமெண்ட் சட்டமியற்றும் என்று எதிர்பார்ப்பதைப் போல வீணானது.

சாதியை ஒழிக்கும் இயக்கத்தில் பிராமணர்கள் முன்றின்று நடத்த முன் வருவார்களா, மாட்டார்கள் என்பது முக்கியமில்லாத விஷயம்

என்று உங்களில் சிலர் கூறுவார்கள். இவ்வாறு நினைப்பது ஒரு சமுதாயத்தில் அறிவுயர்ந்த வகுப்பின் பணியின் முக்கியத்துவத்தை அலட்சியப்படுத்துவதாகும். மாபெரும் மனிதனால் உருவாக்கப்படுவதே வரலாறு என்ற தத்துவத்தை நீங்கள் ஏற்றாலும் ஏற்காவிட்டாலும், ஒவ்வொரு நாட்டிலும் அறிவுத் திறன் கொண்ட வகுப்புதான் ஆளும் வகுப்பாக இல்லையென்றாலும், மிகுந்த செல்வாக்குக் கொண்ட வகுப்பாக இருக்கிறது என்பதை நீங்கள் ஒப்புக்கொள்ளத்தான் வேண்டும். அறிவுத்திறன் கொண்ட வகுப்புதான், வருங்காலத்தில் நடக்கக் கூடியவற்றை முன்கூட்டி உணரவும், ஆலோசனை கூறவும், தலைமை ஏற்று நடத்தவும் வல்லது. எந்த நாட்டிலும் சாதாரண மக்கள் அறிவுபூர்வமான சிந்தனையும் செயல்பாடும் கொண்ட வாழ்க்கை வாழ்பவர்கள் அல்ல. பெரும்பாலும் அவர்கள் அறிவுத்திறன் கொண்ட வகுப்பினரைப் பார்த்து அவர்களைப் போல நடந்துகொள்வதும், அவர்களைப் பின்பற்றுவதுமே நடக்கிறது. ஒரு நாட்டின் தலைவிதியே அறிவுத்திறன் கொண்ட வகுப்பை சார்ந்திருக்கிறது என்று கூறினால் அது மிகையல்ல.

அறிவுத்திறன் கொண்ட வகுப்பு நேர்மையானதாக, சுயேச்சையானதாக, தன்னலமற்றதாக இருந்தால், நெருக்கடி ஏற்படும் சமயங்களில் அது முன்வந்து நாட்டுக்குச் சரியான வழியைக் காட்டும். அறிவுத் திறன் மட்டும் இருந்தால் அது சிறப்பல்ல என்பது உண்மையே. அறிவுத்திறன் ஒரு சாதனமே. அறிவுத்திறன் கொண்ட ஒரு மனிதன் என்ன குறிக்கோளை அடைய விரும்புகிறான் என்பதைப் பொறுத்தே அதை அவன் எப்படிப் பயன்படுத்தவான் என்பது அமையும். அவன் நல்லவனாக இருக்கலாம். அதேபோல கெட்டவனாகவும் இருக்க முடியும். அவ்வாறே அறிவுத்திறன் வகுப்பும் உயர்ந்த நோக்கமும், உதவும் எண்ணமும், மனித குலத்தைத் தவறுகளிலிருந்து காத்து நல்லவழியில் சேர்க்கும் தன்மையும் கொண்ட சான்றோர்களின் குழுவாகவும் இருக்கலாம். அல்லது ஒரு அயோக்கியர் கும்பலாகவோ தனக்கு ஆதரவளிக்கும் ஒரு குறுகிய கோஷ்டியின் நலன்களுக்கு வக்காலத்து வாங்கும் கூட்டமாகவோ இருக்கக்கூடும். இந்தியாவில் அறிவுத்திறன் வகுப்பு என்பது பிராமண சாதிக்கு மற்றொரு பெயராகவே இருப்பது வருந்தத்தக்கது என்று நீங்கள் நினைக்கலாம். இரண்டும் ஒன்றாக இருப்பது பற்றியும், அறிவுத்திறன் வகுப்பு இருப்பது ஒரு குறிப்பிட்ட சாதி இருப்பதனுடன் பிணைந்திருப்பது பற்றியும் நீங்கள் வருத்தப்படலாம். இந்த அறிவுத்திறன் வகுப்பின் நலன்களும்,

ஆசைகளும் பிராமண சாதியின் நலன்களும் ஆசைகளுமாகவே இருப்பதையும், அறிவுத்திறன் வகுப்பு நாட்டின் நலனைப் பாதுகாப்பதை விட இந்தச் சாதியின் நலனைப் பாதுகாப்பதே தன் பணியெனக் கருதவது பற்றியும் நீங்கள் கவலைப்படலாம். ஆயினும் இந்துக்களில் அறிவுத்திறன் வகுப்பாக இருப்பது பிராமண சாதியே என்பது நிதர்சன உண்மையாக உள்ளது. இது அறிவுத்திறன் கொண்ட வகுப்பு மட்டும் அல்ல. மற்ற இந்துக்கள் எல்லோராலும் பெரிதும் மதித்து மரியாதை செய்யப்படும் வகுப்பாகும். பிராமணர்கள் "பூதேவர்கள்" அல்லது பூமியில் வாழும் கடவுள்கள் என்று இந்துக்களுக்குக் கற்பிக்கப்படுகிறது. பிராமணர்கள் மட்டுமே ஆசிரியர்களாக இருக்க முடியும் என்று இந்துக்களுக்குக் கற்பிக்கப்படுகிறது. மனு கூறுகிறார்: தர்மம் சம்பந்தமாகக் குறிப்பிட்டுக் கூறப்படாத விஷயங்களில் எப்படித் தீர்மானம் செய்வது என்று கேட்டால், சிஷ்யர்களாக உள்ள பிராமணர்கள் என்ன சொல்லுகிறார்களோ, அதுவே சட்டமாகும்."

ஆனாம்நாதெள தர்மேஷன் கதம் ஸ்வாதிதி சேத்பவேத் யம் ஷிஷ்டா ப்ராஹ்மண ப்ருயுஹள ஸதர்மஹ ஸயாத ஷங்கிதஹ.

இப்படிப்பட்ட அறிவுத்திறன் வகுப்பு, சமுதாயத்தின் மற்றவர்கள் அனைவரையும் தனது பிடியில் வைத்திருக்கும் ஒரு வகுப்பு, சாதிச் சீர்திருத்தத்துக்கு எதிர்ப்பாக நின்றால் சாதிமுறையை உடைக்கும் ஒரு இயக்கம் வெற்றி பெறுவதற்கு வாய்ப்பு மிக மிகக் குறைவு.

உங்கள் பணி மிகக் கடினமானது என்பதற்கு இரண்டாவது காரணத்தை இப்போது விளக்குகிறேன். சாதி அமைப்பில் இரண்டு அம்சங்கள் உள்ளன. முதலாவதாக, அது மக்களை பல்வேறு தனித்தனிச் சமுதாயங்களாகப் பிரிக்கிறது. இரண்டாவதாக அது இந்தச் சமுதாயங்களைச் சமூக அந்தஸ்தில் ஒன்றுக்கு மேல் ஒன்றாக தரவரிசை கொடுத்து வைக்கிறது. ஒவ்வொரு சாதியும் இந்தச் சமூக வரிசையில்தான் வேறு சில சாதிகளுக்கு மேலே இருப்பது குறித்துப் பெருமையும் ஆறுதலும் கொள்கிறது. இந்த வரிசை முறையின் புறச்சின்னங்களாக, அஷ்டாதிகாரங்கள் என்றும் சம்ஸ்காரங்கள் என்றும் கூறப்படும் சில சமூக, மத உரிமைகளும் தர வரிசைப்படி ஏற்படுத்தப்பட்டுள்ளன. ஒரு சாதி எந்த அளவுக்கு மேலே இருக்கிறதோ அந்த அளவுக்கு இந்த உரிமைகளும் அதிகமாக இருக்கும். எந்த அளவுக்குக் கீழே இருக்கிறதோ அந்த அளவுக்கு உரிமைகளும்

குறைவாக இருக்கும்: ஒரு சாதி தனக்கு மேலே உள்ள இன்னொரு சாதியுடன் சமபந்தி போஜனமும் கலப்பு மணமும் செய்யத் தனக்கு உரிமை உண்டு என்று கூறினால், உடனே விஷமக்காரர்கள் குறுக்கிட்டு, அப்படியானால் அந்தச் சாதி தனக்குக் கீழே உள்ள மற்ற சாதிகள் தன்னுடன் சமபந்தி போஜனுமும் கலப்பு மணமும் செய்ய அனுமதிக்க வேண்டியிருக்கும் என்று கூறுகிறார்கள். இப்படி விஷமம் செய்வோரில் பலர் பிராமணர்கள் எல்லோரும் சாதிமுறைக்கு அடிமையாகவே இருக்கிறார்கள். ஆனால் எல்லா அடிமைகளும் அந்தஸ்தில் சமமாக இல்லை. உழைக்கும் வர்க்கத்தைப் பொருளாதாரப் புரட்சி செய்யத் தூண்டுவதற்காகக் கார்ல் மார்க்ஸ் அவர்களை நோக்கிக் கூறினார். "உங்கள் தளைச் சங்கிலிகளைத் தவிர நீங்கள் இழப்பதற்கு வேறெதுவும் இல்லை". ஆனால் சாதிக்கெதிராகப் புரட்சி செய்யுமாறு இந்துக்களைத் தூண்டுவதற்குக் காரல் மார்க்ஸ்ன் வாக்கைக் கூற முடியாது. அந்த அளவுக்கு மிகத் தந்திரமான முறையில் சக, மத உரிமைகளை பல்வேறு சாதிகளுக்குப் பல்வேறு விதமாகக் கொடுக்கப் பட்டிருக்கின்றன. சாதி அமைப்பில் மேலென்றும், கீழென்றும் சமூக அந்தஸ்து உரிமைகள் வரிசைப்படுத்தப்பட்டிருப்பதால் ஒவ்வொரு சாதியும் தனது அந்தஸ்தைக் காத்துக்கொள்வதில் ஆர்வமாயிருக்கிறது. சாதி அமைப்புக் கலைக்கப்பட்டால், சில சாதிகள் வேறு சில சாதிகளை விட அதிக உரிமைகளையும், அதிகாரங்களையும் இழக்க நேரும் என்பது இந்தச் சாதிகளுக்குத் தெரியும். எனவே சாதி அமைப்பின் மீது போர் தொடுப்பதற்கு எல்லா சாதிகளையும் ஒன்று திரட்டுவது இயலாது.

22

சாதி பகுத்தறிவுக்கு முரணமானது என்பதை எடுத்துக்காட்டி, சாதியை விட்டொழிக்குமாறு இந்துக்களைக் கேட்க முடியுமா? இந்தக் கேள்வி வேறொரு கேள்வியை எழுப்புகிறது; ஒரு இந்து தனது பகுத்தறிவுப்படி நடக்கச் சுதந்திரம் இருக்கிறதா? ஒவ்வொரு இந்துவும் தனது நடத்தையை மூன்று பிரமாணங்களின்படி அமைத்துக் கொள்ள வேண்டும் என்று மனு குறிப்பிடுகிறார்.

"வேதஹ ஸ்மிருதிஹி ஸதாசாரஹ ஸ்வஸ்ய ச ப்ரியமாத்மநஹ"

இங்கே பகுத்தறிவுக்கு எந்த இடமும் இல்லை. ஒரு இந்து வேதத்தை அல்லது ஸ்மிருதியை அல்லது ஸதாசாரத்தைப் பின்பற்ற

வேண்டும். வேறு எதையும் பின்பற்றக்கூடாது. வேதம் அல்லது ஸ்மிருதியின் வாசகங்களின் அர்த்தத்தைப் பற்றிச் சந்தேகம் ஏற்படும் போது எப்படிப் பொருள் காண்பது? இந்த முக்கியமான விஷயத்தில் மனுவின் கருத்து தெளிவாக உள்ளது. அவர் கூறுகிறார்.

யோவ்மந்யேத தே மூலே ஹேதுஷாஸத்ராஷ்ரயாத் திவிஜஹ ஸ ஸலதுபிம்பிஷ் கார்யோ நாஸ்திகோ வேதநிந்தகஹ"

இந்த விதியின்படி, வேதங்களுக்கும் ஸ்மிருதிகளுக்கும் பொருள் காண்பதில் பகுத்தறிவை அடிப்படையாகக் கொள்வது கண்டிக்கப்படுகிறது. அது நாஸ்திகத்துக்குச் சமமான பாதகம் என்று கருதப்படுகிறது. அதற்குத் தண்டனை சாதியிலிருந்து விலக்குவதே. எனவே ஒரு விஷயம் வேதத்திலும் ஸ்மிருதியிலும் சொல்லப்பட்டிருந்தால் அதைப்பற்றி இந்து பகுத்தறிவைப் பயன்படுத்திச் சிந்திக்கக் கூடாது. வேதமும் ஸ்மிருதியும் கொடுத்திருக்கும் கட்டளைகள் ஒன்றுக்கொன்று முரண்பாடாக இருந்தாலும் அதற்குப் பகுத்தறிவின்படி தீர்வு காணக்கூடாது. இவ்வாறு முரண்பாடு இருந்தால் இரண்டுமே சமமாக சொல்லத்தக்கதாகக் கருதப்பட வேண்டும். இரண்டில் எந்த ஒன்றையும் பின்பற்றலாம். இரண்டில் எது பகுத்தறிவுக்குப் பொருத்தமானது என்று ஆராய முயலக் கூடாது. இதை மனு தெளிவாகக் கூறுகிறார்.

ஷ்ருதித்வைலதம் து யத்ர ஸ்யாப்தத்ர தர்மாவுபௌ ஸ்மிருதௌ

"ஸ்ருதிக்கும் ஸ்மிருதிக்கும் இடையே முரண்பாடு இருந்தால் ஸ்மிருதியே ஏற்கத்தக்கது" இங்கேயும் கூட இந்த இரண்டில் எது பகுத்தறிவுக்குப் பொருத்தமானது என்று ஆராய முயலக்கூடாது. இதை பின்வரும் சுலோகத்தில் கூறியிருக்கிறார்.

யாவேதபாஹ்யாஹா ஸ்மிருதயோ யாஷ்ச சாஷ்ச குத்ருஷ்டஹ ஸர்வாஸ்தா நிஷ்பலாஹா ப்ரேத்ய தமோநிஷ்டா ஹிதஹ ஸ்மிருதாஹ

இரண்டு ஸ்மிருதிகளுக்கிடையே முரண்பாடு இருந்தால் மனு ஸ்மிருதியே ஏற்கப்பட வேண்டும். இந்த இரண்டில் எது பகுத்தறிவுக்குப் பொருந்துகிறது என்று பார்க்க முயலக்கூடாது. பிருஹஸ்பதி கொடுக்கும் தீர்ப்பு இது:

வேதாயத்வோபநி பந்த்ருத்வத் ப்ரமாண்யம் ஹி மனோஹ ஸ்மிருதம் மன்வர்த்தவிபரீதா தூயா ஸ்மிருதிஹி ஸல ன ஷாஸ்யதே

எனவே ஸ்ருதிகளும் ஸ்மிருதிகளும் தெளிவான கொடுத்திருக்கும் எந்த விஷயத்திலும் ஒரு இந்து தனது பகுத்தறிவைப் பயன்படுத்தச் சுதந்திரம் இல்லை. இதே விதி மகாபாரதத்திலும் கூறப்படுகிறது.

புராணம் மானவோ தர்மஹ ஸலங்கோ வேதஷ்சிகித்ஸீதம் ஆஜ்ஞாஸித்தானி சத்வாரி ந ஹந்தவ்யானி ஹேது பிஹி

இந்து அவற்றின் கட்டளைப்படி நடக்க வேண்டும். சாதி, வர்ணம் ஆகியவை வேதங்களும் ஸ்மிருதிகளும் கூறியிருக்கும் விஷயங்கள். எனவே இந்த விஷயங்களில் பகுத்தறிவைப் பின்பற்றுவதற்கு ஒரு இந்து இணங்கமாட்டார். சாதி, வர்ணம் என்ற விஷயங்களில் ஒரு இந்து தனது பகுத்தறிவைப் பயன்படுத்தவதை சாஸ்திரங்கள் அனுமதிக்கவில்லை என்பது மட்டுமின்றி, இவற்றில் தனது நம்பிக்கையின் அடிப்படைகளைப் பகுத்தறிவு ரீதியாக ஆராயவும் இடம் வைக்கவில்லை. லட்சக்கணக்கான இந்துக்கள் ரயில் பயணம், வெளிநாட்டுப் பயணம் போன்ற சந்தர்ப்பங்களில் சாதி முறையை மீறி நடப்பதையும், வாாக்கையின் மற்ற நேரங்களில் சாதிமுறையை மீறி நடப்பதையும், வாழ்க்கையின் மற்ற நேரங்களில் சாதிமுறையைப் பின்பற்றுவதையும் பார்க்கும் இந்து அல்லாதவர்களுக்கு அது பெரும் வேடிக்கையாயிருக்கும். இதற்கு என்ன விளக்கம் என்று பார்த்தால் அங்கேயும் இந்துக்களின் பகுத்தறிவுச் சிந்தனைக்கு ஒரு விலங்கு பூட்டப்பட்டிருப்பதைக் காண்கிறோம். சாதாரணமாக மனிதனின் வாழ்க்கை, வழக்கத்தைப் பின்பற்றி சிநத்னை இல்லாமல் நடத்தப்படுகிறது. எந்த ஒரு நம்பிக்கை அல்லது கருத்து பற்றி சிந்தித்து, அவற்றின் அடிப்படைகளையும் அவற்றின் விளைவாக வரும் முடிவுகளையும் விடாப்பிடியாக ஆராய்வது அரிது. என்ன செய்வதென்று தெரியாத ஒரு ஊசலாட்டம் அல்லது நெருக்கடி ஏற்படும்போதுதான் இம்மாதிரி ஆராயத் தேவை ஏற்படுகிறது. ரயில் பயணங்களும் வெளிநாட்டுப் பயணங்களும் ஒரு இந்துவின் வாழ்க்கையில் எல்லாச் சமயங்களிலும் பின்பற்ற முடியவில்லை என்றால் அதைப் பின்பற்றுவதற்கே என்ன அவசியம் என்று இந்துவின் மனத்தில் இயல்பாகக் கேள்வி எழ வேண்டும். ஆனால் ஒரு இந்து

அப்படிக் கேட்பதில்லை. ஒரு இடத்தில் சாதியை மீறி நடந்துவிட்டு அடுத்த இடத்தில் அதைப் பின்பற்றுவார். எந்தக் கேள்வியும் எழுவதில்லை. இந்த விந்தையான நடத்தைக்குக் காரணம், சாதியை முடிந்த அளவுக்குப் பின்பற்ற வேண்டும் என்றும் முடியாத சமயங்களில் அதற்குப் பிராயச்சித்தம் செய்ய வேண்டும் என்றும் சாஸ்திரங்கள் விதித்திருப்பதேயாகும். இந்தப் பிராயச்சித்தத் தத்துவத்தின் மூலம் சாஸ்திரங்கள் ஒரு சமரச ஏற்பாட்டுக்கு வகை செய்துவிட்டன. இது சாதி முறைக்கு ஆபத்தில்லாமல் நிரந்தரமாக நீடிக்கச் செய்கிறது. இந்தத் தத்துவம் சாதிகளையே அழித்துவிடக் கூடிய பகுத்தறிவுச் சிந்தனை தலையெடுக்காமல் அமுக்கிவிடுகிறது. சாதியையும் தீண்டாமையையும் ஒழிப்பதற்கு எத்தனையோ பேர் பாடுபட்டிருக்கிறார்கள். இவர்களில் ராமானுஜர், கபீர் முதலானவர்களை முக்கியமாகக் குறிப்பிடலாம். இந்தச் சீர்திருத்தக்காரர்களின் செயல்களை எடுத்துக்காட்டி அவற்றைப் பின்பற்றும்படி நீங்கள் இந்துக்களைக் கேட்டுக் கொள்ள முடியுமா? மனுவின் பிரமாணங்களில் ஸ்ருதி, ஸ்மிருதியுடன் ஸதாசாரமும் ஒன்றாக இருப்பது உண்மையே. ஸதாசாரத்துக்கு சாஸ்திரங்களை விடவும் உயர்ந்த இடம் கொடுக்கப் பட்டிருக்கிறது.

யத்யத்தாசர்யதே யேந தம்யம் வாதம்யமேவ வா
தேஷஸயாசரணம் நித்யம் சரித்ரம் தத்திகீர்திதம்

இதன்படி ஸதாசாரம் "தம்ய" மாக (சாஸ்திரங்களுக்கு இணக்கமாக) இருந்தாலும் "அதம்ய' மாக (சாஸ்திரங்களுக்கு முரணாக) இருந்தாலும் அதைப் பின்பற்ற வேண்டும். ஆனால் ஸதாசாரம் என்பதன் பொருள் என்ன? ஸதாசாரம் என்பது நேர்மையான, நன்மையான செயல். அதாவது நல்லவர்கள், நேர்மையானவர்கள் நடத்திய செயல் என்று யாராவது நினைத்தால் அது வேறாகும். ஸதாசாரம் என்பதற்கு நல்ல செயல் என்றோ, நல்லவர்களின் செயல் என்றோ பொருள் இல்லை. புராதன வழக்கமே, அது நல்லதானாலும், கெட்டதானாலும், ஸதாசாரம் எனப்படுகிறது. பின்வரும் சுலோகம் இதைத் தெளிவுப்படுத்துகிறது.

யஸ்மிந் தேஷே ய ஆசாரஹ பாரம்பர்யக்ரமாகதஹ
வர்ணாநாம் கில ஸர்வேஷாம் ஸ ஸதாசார உச்யதே

ஸதாசாரம் என்றால் நல்ல செயல்கள் அல்லது நல்லவர்களின்

செயல்கள் என்று மக்கள் அர்த்தம் செய்துகொள்ளக் கூடாது என்று எச்சரிப்பதற்கும், அப்படி அர்த்தம் செய்துகொண்டு நல்லவர்களின் செயல்களைப் பின்பற்றாமல் செய்வதற்கும் ஸ்மிருதிகள் இந்துக்களுக்குக் கண்டிப்பான கட்டளை கொடுத்துள்ளன. கடவுள்களே செய்த நல்ல செய்கைகள் என்றாலும் அவை ஸ்ருதி, ஸ்மிருதி, ஸதாசாரம் ஆகியவற்றுக்கு முரண்பாடாக இருந்தால் அவற்றைப் பின்பற்றி நடக்கக்கூடாது என்று அவை தெளிவாகக் கூறுகின்றன. இது மிகவும் அசாதாரணமானதாக, விபரீதமானதாகத் தோன்றலாம். ஆனால் "ந தேவசரிதம் சரேத்" என்பதே சாஸ்திரங்கள் இந்துக்களுக்கு அளிக்கும் கட்டளை. சீர்த்திருத்தக்காரருக்குப் பகுத்தறிவும் ஒழுக்கமும் இரண்டு சக்திமிக்க ஆயுதங்களாகும். அவரிடமிருந்த இந்த ஆயுதங்களைப் பறித்துவிடுவது அவர் செயல்படவே முடியாமல் செய்வதாகும். சாதிமுறை பகுத்தறிவுக்கு ஏற்றதா இல்லையா என்பதை ஆராய்வதற்கே மக்களுக்குச் சுதந்திரம் இல்லை என்றால் நீங்கள் எப்படிச் சாதியை உடைக்கப்போகிறீர்கள்? சாதியைச் சுற்றி எழுப்பப் - பட்டுள்ள கோட்டைச் சுவர் தகர்க்க முடியாதது. பகுத்தறிவு, ஒழுக்கம் என்ற தீப்பிடிக்கும் பொருள்களை வைத்து அது கட்டப்படவில்லை. அதற்குமேல் அந்தக் கோட்டைக்குள் பிராமண சாதி என்ற ராணுவம் நிற்கிறது. அறிவுத்திறன் வகுப்பான பிராமணர்களே இந்துக்களின் இயல்பான தலைவர்களாக இருக்கிறார்கள். அவர்கள் அந்தக் கோட்டைக்குள் கூலிப்பட்டாளமாக நிற்கவில்லை. தாய்நாட்டைக் காக்கப் போரிடும் பாதகாப்புப் படையாக நிற்கிறார்கள். இதையெல்லாம் நீங்கள் கருதிப் பார்த்தால் இந்துக்களிடையே சாதிகளை உடைத்தெறிவது அநேகமாக முடியாத செயல் என்று நான் கூறுவதன் காரணம் விளங்கும். எப்படியும் இந்தக் கோட்டையில் ஒரு உடைப்பு ஏற்படுத்துவதற்குக் கூட பல காலம் பிடிக்கும். ஆனால் இதற்கு மிகுந்த காலம் பிடிப்பதானாலும் விரைவில் நடப்பதானாலும் நீங்கள் ஒன்றை மறந்துவிடக்கூடாது. சாதிக்கோட்டையில் உடைப்பு ஏற்படுத்த வேண்டும் என்றால் நீங்கள் வேதங்களையும், சாஸ்திரங் - களையுமே நீங்கள் தகர்க்கவேண்டும். ஸ்ருதிகளையும், ஸ்மிருதிகளையும் அடிப்படையாகக் கொண்ட மதத்தை நீங்கள் அழிக்கவேண்டும். வேறு எதுவும் பயன் தராது. இந்த விஷயத்தில் இதுதான் என்னுடைய தீர்க்கமான முடிவு.

23

மதத்தை அழிப்பது என்று நான் கூறுவதன் பொருள் என்ன என்பதைச் சிலர் புரிந்து கொள்ளாமலிருக்கலாம். சிலருக்கு இந்தக் கருத்து வெறுப்பாயிருக்கலாம்; சிலருக்கு அது புரட்சிகரமாகத் தோன்றலாம். எனவே நான் என்னுடைய நிலையை விளக்கி விடுகிறேன். தத்துவங்களுக்கும் விதிகளுக்கும் இடையே நீங்கள் வேறுபாடு கருதுகிறீர்களா? என்று எனக்குத் தெரியாது. ஆனால் நான் வேறுபாடு கருதுகிறேன். இந்த வேறுபாடு உண்மையானது. மிக முக்கியமானது என்றும் நான் கூறுகிறேன். விதிகள் யதார்த்தமான நடைமுறை பற்றியவை. காரியங்களைக் குறிப்பிட்ட முறைப்படி செய்வதற்கு வழக்கமான வழிகள் அவை. ஆனால் தத்துவங்கள் அறிவு சம்பந்தப்பட்டவை விஷயங்களை மதிப்பிட்டு நிர்ணயம் செய்வதற்கு உபயோகமான வழிகள் அவை. விதிகள், ஒரு காரியத்தை ஒருவர் செய்யும் போது என்ன வழியில் செயல்பட வேண்டும் என்று கூறுகின்றன. விதிகள், சமையல் குறிப்புகள் போல, என்ன செய்ய வேண்டும் எப்படிச் செய்ய வேண்டும் என்று கூறுகின்றன. தத்துவம் என்பது - உதாரணமாக நீதித்தத்துவம் - ஒருவன் தன்னுடைய ஆசைகளும் நோக்கங்களும் எப்படி அமைய வேண்டும் என்பதைத் தீர்மானிப்பத்தில் கவனிக்க வேண்டிய அளவை ஆகும். அது, ஒரு விஷயத்தைப் பற்றிச் சிந்திக்கும்போது என்னென்ன அம்சங்களைக் கருத்தில் கொள்ள வேண்டும் என்று சுட்டிக்காட்டி சிந்தனைக்கு வழி காட்டுகிறது.

இவ்வாறு தத்துவங்களுக்கும் விதிகளுக்கு இடையே உள்ள வேறுபாடு காரணமாக அவற்றின் அடிப்படையில் செய்யப்படும் செயல்களின் தரமும் தன்மையும் வேறுபடுகின்றன. நல்லது என்று சொல்லப்படுவதை ஒரு விதியின் காரணமாகச் செய்வதற்கும், தத்துவத்தின் அடிப்படையில் செய்வதற்கும் வித்தியாசம் இருக்கிறது. தத்துவம் தவறாக இருக்கலாம். ஆனால் அதன் அடிப்படையில் செய்யப்படும் செயல் உணர்வுடனும் பொறுப்புடனும் செய்யப்படுகிறது. விதி சரியானதாக இருக்கலாம். ஆனால் அதைப் பின்பற்றும் செயல் யந்திரத்தனமானது. ஒரு மதச் செயல் சரியானதாக இல்லாவிட்டாலும், குறைந்தபட்சம், பொறுப்புடன் செய்யப்படுவதாக வேனும் இருக்க வேண்டும் இவ்வாறு பொறுப்புடன் செய்யப்பட வேண்டுமானால் மதம்; முக்கியமாக தத்துவங்கள் சம்பந்தப்பட்டதாக

இருக்க வேண்டும். அது விதிகள் மட்டுமே சம்பந்தப்பட்டதாக இருக்க வேண்டும் அது விதிகள் மட்டுமே சம்பந்தப்பட்டதாக இருக்கக் கூடாது.

மதம் என்பது வெறும் விதிகள் மட்டும் சம்பந்தப்பட்டதாகும் போது அது மத் என்ற நிலையை இழந்து விடுகிறது. ஏனென்றால் அத மதச் செயலில் பொறுப்பைக் கொன்று விடுகிறது. ஏனென்றால் அது மதச் செயலில் பொறுப்பைக் கொன்றுவிடுகிறது. பொறுப்புடன் செய்யப்படுவதுதான் மதச் செயலின் சாரமான பண்பு. இந்து மதம் என்பது என்ன? அது தத்துவங்களின் தொகுப்பா அல்லது விதிகளின் தொகுப்பா? இந்து மதம், வேதங்களிலும், ஸ்மிருதிகளிலும் கூறப்பட்டுள்ளபடி பார்த்தால், யாகம், சமூகம், அரசியல், சுகாதாரம் சம்பந்தப்பட்ட விதிகள், ஒழுங்குமுறைகள் ஆகிய எல்லாம் கலந்த ஒரு தொகுப்பாகவே இருக்கிறது. மதம் என்று ஒரு இந்து குறிப்பிடுவது பல்வேறு ஏவல்களும் தடைகளும் கொண்ட ஒரு தொகுப்பே. இவற்றில் எல்லா மக்களுக்கும், எல்லா இனங்களுக்கும், எல்லா நாடகளுக்கும் பொருந்தக்கூடிய ஆன்மிகத் தத்துவங்கள் என்ற பொருளில் கூறப்படும் மதம் இல்லை. அப்படியே இருந்தாலும் ஒரு இந்துவின் வாழ்க்கையை நெறிப்படுத்தும் அம்சமாக அது காணப்படவில்லை தடைக் கட்டளைகளுமே ஆகும். வேதங்களிலும் ஸ்மிருதிகளிலும் இந்த வார்த்தை பயன்படுத்தப்பட்டுள்ள விதத்தையும், உரைகாரர்கள் அதைப் புரிந்து கொண்டிருக்கும் விதத்தையும் பார்த்தால் இது தெளிவாகத் தெரிகிறது. வேதங்களில் தர்மம் என்ற சொல் பெரும்பாலும் மதக் கட்டளைகளையும் சடங்குகளையும் குறிப்பதாகவே பயன்படுத்தப்பட்டுள்ளது. ஜைமினி தம்முடைய புர்வ மீமாம்ஷஸயில் தர்மம் என்பதற்கு இவ்வாறு பொருள் கூறுகிறார்: "(வேதத்தில்) கட்டளையாகக் கூறப்படுகிறன்ற விரும்பத் தக்க குறிக்கோள் அல்லது பலன்." "எளிமையாகச் சொன்னால், இந்துக்கள் மதம் என்று கூறுவது உண்மையில் சட்டமே; அல்லது அதிகமாகப் போனால் சட்டப்படியான வகுப்பு ஒழுக்கமுறையே. இப்படி கட்டளைகள் தொகுப்பாக அமைந்துள்ள ஒன்றை நான் மதம் என்று மதிக்கமாட்டேன். இவ்வாறு மதம் என்று மக்களிடம் தவறாகக் காட்டப்படும் கட்டளைத் தொகுப்புகளில் முதல் தீமை. அறநெறி வாக்கை இயற்கையாக, சுயேச்சையானதாக இருப்பதற்கு மாறாக, வெளியிலிருந்து சுமத்தப்படும் விதிகளை கவலையுடனும் அடிமைத் தனமாகவும் அனுசரித்து நடக்கும் செயலாக மாறிவிடுகிறது என்பதாகும். லட்சியங்களுக்கு விசுவாசமாக நடப்பதற்கு பதிலாக,

கட்டளைக்ளுகு இணங்க நடப்பதே வாழ்க்கை ஆகிவிடுகிறது. எல்லாவற்றிலும் பெரிய தீமை, அந்தச் சட்டங்கள் நேற்றும், இன்றும், இனி எப்போதும் மாறாமல் ஒரே மாதிரியாக இருக்கும் என்பதே.

இவை ஒரு வகுப்புக்கு இருப்பதுபோல இன்னொரு வகுப்புக்கு இல்லை என்பது இவற்றில் காணப்படும் அநீதி. எல்லாத் தலைமுறைகளுக்கும் இதே சட்டங்கள்தான் என்று தீர்மாகிக்கப்-பட்டிருப்பதால் இந்த அநீதி நிரந்தரமாகிறது. தீர்க்கதரிசிகள் அல்லது சட்டம் அளிப்போர் என்று கூறப்படும். சில நபர்களால் இந்த விதித் தொகுப்புகள் உருவாக்கப்பட்டன என்பது ஆட்சேபிக்கப்படவில்லை. ஆனால் இவை இறுதியானவை, மாற்ற முடியாதவை என்று கூறப்படுவது ஆட்சேபத்துக்குரியது. இன்பம் என்பது ஒரு மனிதனின் நிலைமைகளுக்குத் தகுந்தபடி மாறக்கூடியது. அது மட்டுமின்றி வெவ்வேறு மக்களின், வெவ்வேறு காலங்களின் நிலைமைக்குத் தகுந்தபடியும் அது மாறக்கூடியது. அப்படியானால் என்றென்றைக்கும் மாறாத இந்தியச் சட்டங்களைச் சகித்துக் கொள்ளச் செய்வது மக்களை நெருக்கிப் பிடித்துக் கட்டிப்போடுவது போலாகுமல்லவா? எனவே இப்படிப்பட்ட மதத்தை அழிக்க வேண்டும் என்று கூறுவதில் எனக்குத் தயக்கம் இல்லை. இப்படிப்பட்ட மதத்தை அழிக்கப் பாடுபடுவது மதத்துக்கு விரோதமான செயல் அல்ல. இம்மாதிரி ஒரு சட்டத்தை எடுத்து வைத்து மக்களிடம் அதை மதம் என்று பொய்ப் பெயர் சூட்டியிருக்கும் முகமூடியைக் கிழித்தெறிவது உங்கள் கடமை என்று நான் கருதுகிறேன். இது நீங்கள் அவசியமாகச் செய்ய வேண்டிய காரியம். மக்கள் மனதில் உள்ள தவறான எண்ணத்தைப் போக்கி, அவர்கள் மதம் என்று நினைப்பது உண்மையில் சட்டமேயன்றி மதம் அல்ல என்று உணரச் செய்தால், பின்பு அதைத் திருத்தவேண்டும் என்றோ ஒழிக்க வேண்டும் என்றோ அவர்கள் ஏற்கும்படியாகக் கூற முடியும். மக்கள் இதை மதம் என்று நினைக்கும் வரை அதை மாற்ற இயங்க மாட்டார்கள். ஏனென்றால், மதம் என்பது பொதுவாக மாற்றத்துக்கு உரியதாகக் கருதப்படுவதில்லை. ஆனால் சட்டம் என்பது மாற்றப்படக் கூடியது. ஆகவே மதம் என்று தாங்கள் நினைப்பது உண்மையில் பழசாகிப் போன சட்டம்தான் என்று மக்கள் தெரிந்து கொண்டால், அதில் மாற்றம் செய்வதற்கு அவர்கள் தயாராயிருப்பார்கள். ஏனென்றால் சட்டத்தை மாற்றலாம் என்பது அவர்கள் அறிந்து, ஒப்புக்கொண்டுள்ள விஷயமே.

24

விதிகளின் தொகுப்பாக அமைந்த மதத்தை நான் கண்டனம் செய்வதனால் மதமே தேவையில்லை என்று நான் கூறுவதாகக் கருதக் கூடாது. மாறாக மதத்தைப் பற்றி பர்க் (Burke) கூறியுள்ள கருத்து எனக்குச் சம்மதமானதே. அவர் கூறினார்: "உண்மையான மதம் சமூகத்துக்கு அஸ்திவாரமாயிருக்கிறது. அதை அடிப்படையாகக் கொண்டுதான் எல்லா அரசாங்கங்களும் அவற்றின் அதிகாரங்களும் அமைந்துள்ளன." எனவே இந்தப் பழங்கால விதிகளாலான மதத்தை ஒழிக்க வேண்டும் என்று நான் கூறும்போது, அதற்கு பதிலாக தத்துவங்களால் ஆன மதம் ஒன்று உண்மையில் மதம் என்று கூறத் தகுந்தது. மதம் மிகவும் அவசியம் என்று நான் உறுதியாக நம்புவதால், மதச் சீர்திருத்தத்தில் அவசியமாக இடம்பெற வேண்டிய அம்சங்கள் என்ன என்பதைக் குறிப்பிட விரும்புகிறேன். அவை வருமாறு:

1. இந்து மதத்துக்கு ஒரே ஒரு பிரமாணமாக புத்தகம் இருக்க வேண்டும். இது எல்லா இந்துக்களும் ஏற்கத்தக்கதாக, எல்லா இந்துக்களாலும் ஒப்புக் கொள்ளப்பட்டதாக இருக்க வேண்டும். இந்தப் புத்தகத்தைத் தவிர, வேதங்கள், சாஸ்திரங்கள், புராணங்கள் முதலாக, புனிதமானவையாகவும், அதிகாரபூர்வமானவையாகவும் கருதப்படும் எல்லா இந்துமத நூல்களும் அவ்வாறு கருதப்படக்கூடாது என்று சட்டம் செய்ய வேண்டும். இவற்றில் கூறப்பட்டுள்ள மதக்கொள்கைகளையோ சமூகக் கொள்கைகளையோ பிரசாரம் செய்வதை தண்டனைக் குரியதாக்க வேண்டும்.

2. இந்துக்களிடையே புரோகிதர்கள் இல்லாமல் ஒழித்துவிடுவது நல்லது. ஆனால் இது இயலாது என்று தோன்றுவதால், புரோகிதத் தொழில் பரம்பரையாக வருவதை நிறுத்த வேண்டும். இந்து என்று கூறிக் கொள்ளும் ஒவ்வொருவரும் புரோகிதராக வர அனுமதிக்க வேண்டும். இதற்கென அரசு நிர்ணயிக்கும் தேர்வில் தேர்ச்சி பெற்று, புரோகிதராக இருப்பதற்கு அரசின் அனுமதிப் பத்திரம் பெறாத எந்த இந்துவும் புரோகிதராக இருக்கக்கூடாது.

3. அனுமதிப் பத்திரம் இல்லாத, பெறாத புரோகிதர் நடத்தும் சடங்குகள் செல்லாது என்று அறிவிக்கவேண்டும். அனுமதிப்

பத்திரம் பெறாதவர் புரோகிதராகச் செயல்படுவதை தண்டனைக் குரியதாக்க வேண்டும்.

4. புரோகிதர் அரசின் பணியாளராக இருக்க வேண்டும். ஒழுக்கம், நம்பிக்கைகள், வழிபாடு ஆகிய விஷயங்களில் அரசின் ஒழுங்கு நடவடிக்கைக்கு உட்பட்டவராக இருக்க வேண்டும். மேலும் மற்ற எல்லாக் குடிமக்களையும் போல அவரும் நாட்டின் பொதுவான சட்டத்துக்கு உட்பட்டவராயிருக்க வேண்டும்.

5. புரோகிதர்களின் எண்ணிக்கையை தேவையின் அடிப்படையில் ஐ.ஸி.எஸ். அதிகாரிகளின் விஷயத்தில் செய்யபடுவது போல அரசு வரையறை செய்து நிர்ணயிக்க வேண்டும்.

இவையெல்லாம் சிலருக்கு மிகத் தீவிரமான யோசனைகளாகத் தோன்றலாம். ஆனால் என்னுடைய கருத்துப்படி இதில் புரட்சிகர-மானது ஒன்றும் இல்லை. இந்தியாவில் ஒவ்வொரு தொழிலும் முறைப்படுத்தப்பட்டிருக்கிறது. என்ஜினியர்கள், டாக்டர்கள், வழக்குரைஞர்கள் ஆகிய அனைவருமே தங்கள் தொழிலைச் செய்ய அனுமதிக்கப்படுவதற்கு முன் அதில் தாங்கள் தேர்ச்சி பெற்றிருப்பதைக் காட்ட வேண்டும். அவர்கள் தொழில் நடத்தும் காலம் முழுவதிலும் அவர்கள் நாட்டின் சட்டத்துக்கு உட்பட்டு நடப்பதுடன் தங்களுடைய தொழில்களுக்குரிய விசேஷ நடத்தைக் கோட்பாடுகளுக்கு கட்டுப்பட்டு நடக்கவேண்டும். புரோகிதர் தொழில் ஒன்றுதான் தேர்ச்சி தேவைப்படாத தொழிலாக உள்ளது. இந்த புரோகிதர் தொழிலுக்கு மட்டும்தான் குறிப்பிட்ட நடத்தைக் கோட்பாடுகள் இல்லை. ஒரு புரோகிதர் அறிவில் சூனியமாக, உடம்பில் ஸிஃபிலிஸ், கொனோரியா போன்ற நோய்கள் பீடித்தவராக, ஒழுக்கத்தின் அதிமனாக இருக்கலாம் என்றாலும், புனிதமான சடங்குகளை நடத்திவைக்கவும் இந்து கோவிலின் மூலஸ்தானத்தில் நுழையவும், இந்துக் கடவுளுக்குப் பூஜை நடத்தவும் அனுமதிக்கப்படுகிறார். இவையெல்லாம் இந்துக்களிடையே சாத்தியமாயிருப்பதற்குக் காரணம் புரோகிதராயிருப்பதற்கு புரோகித சாதியில் பிறந்திருந்தால் போதும் என்று இருப்பதுதான். இது முற்றிலும் வெறுக்கத்தக்க நிலை. இந்துக்களின் புரோகிதர் வகுப்பு, சட்டத்துக்கோ ஒழுக்க நெறிக்கோ கட்டுப்பட்டதல்ல என்பதுதான் இதற்குக் காரணம் தனக்கு எந்தக் கடமைகளும் இருப்பதாகவும் அது ஒப்புக் கொள்வதில்லை. அதற்குத் தெரிந்ததெல்லாம் உரிமைகளும் தனிச் சலுகைகளும்தான். சாதாரண மக்கள் மீது கட்டவிழ்த்துவிட்ட

ஒரு நாசக் கும்பலைப் போல் இவர்கள் தோன்றுகிறார்கள். புரோகித வகுப்பு, நான் மேலே குறிப்பிட்டது போன்ற சட்டங்கள் மூலம் ஒரு கட்டுப்பாட்டுக்குள் கொண்டுவரப்பட வேண்டும். அந்த வகுப்பு விஷமங்கள் செய்யாமலும் மக்களுக்குத் தவறான வழிகாட்டாமலும் தடுப்பதற்கு இது உதவும். எல்லோரும் புரோகிதராக வர வழி செய்வதன் மூலம் அதில் ஒரு ஜனநாயகத்தன்மை ஏற்படும். பிராமணியத்தை ஒழிப்பதற்கும், பிராமணியத்தின் மறு அவதாரமான சாதிமுறையை ஒழிப்பதற்கும் இது துணை செய்யும். இந்து மதத்தைக் கெடுத்த நஞ்சு பிராமணியம். பிராமணியத்தை ஒழித்தால்தான் இந்து மதத்தை நீங்கள் காப்பாற்ற முடியும். இந்தச் சீர்திருத்தத்தை எந்தத் தரப்பினரும் எதிர்க்கக்கூடாது. ஆரிய சமாஜிகள் கூட இதை வரவேற்க வேண்டும். ஏனென்றால் இது அவர்களே கூறும் குண கர்மக் கொள்கையைச் செயல்படுத்துவதேயாகும்.

இதை நீங்கள் செய்தாலும் செய்யாவிட்டாலும், உங்கள் மதத்துக்கு நீங்கள் ஒரு புதிய கோட்பாட்டு அடிப்படை கொடுக்க வேண்டும். இந்த அடிப்படை சுதந்திரம், சமத்துவம், சகோதரத்துவம் என்ற கொள்கைக்கு, சுருக்கமாகச் சொன்னால், ஜனநாயகத்துக்கு இணைக்கமானதாக இருக்கவேண்டும். இந்த விஷயத்தில் நான் புலமை பெற்றவன் அல்ல. ஆயினும் சுதந்திரம், சமத்துவம், சகோதரத்துவம் என்ற கொள்கைக்கு இணக்கமான மதத் தத்துவங்களை வெளிநாடுகளிலிருந்த இரவல்பெற வேண்டிய அவசியம் இல்லை என்றும் உபநிஷதங்களிலிருந்தே இத்தகைய தத்துவங்களை எடுத்துக் கொள்ள முடியும் என்றும் என்னிடம் கூறப்படுகிறது. நீங்கள் அவ்வாறு எடுத்துக்கொள்ள முடியுமா அல்லது அவற்றில் உள்ள மூலக் கருத்துக்களைப் பெருமளவுக்குச் சுரண்டியும் செதுக்கியும் செப்பம் செய்ய வேண்டியிருக்குமா என்று நான் கூற முடியாது. புதிய கோட்பாட்டு அடிப்படை அமைப்பது என்றால் வாழ்க்கை பற்றிய அடிப்படைக் கருத்துக்களையே முற்றிலுமாக மாற்றுவதாகும். வாழ்க்கையில் போற்றும் பண்புகள் முற்றிலும் வேறாக அமையும். மனிதர்களைப் பற்றியும் விஷயங்களைப் பற்றியும் கொண்டுள்ள மனப் பான்மைகள் முற்றிலுமாக மாற்றி அமைக்கப்படும். அது மதமாற்றமாகும். இந்த வார்த்தை உங்களுக்குப் பிடிக்கவில்லை என்றால், அது புதிய வாழ்க்கையாகும் என்று கூறுவேன். ஆனால் இறந்துபோன ஒரு உடலுக்குள் புதிய உயிர்புக முடியாது. புதிய உயிர், புதிய உடலில் தான் புகமுடியும். புதிய உடல் வந்து அதனுள்

புதிய உயிர் நுழைய வேண்டுமானால் பழைய உடல் மரிக்க வேண்டும். எளிமையாகச் சொன்னால் புதியது உயிர் பெற்று துடிப்பும் பெறத் தொடங்குவதற்கு முன் பழையது மறைந்து போக வேண்டும். சாஸ்திரங்களின் அதிகாரத்தை நீங்கள் விட்டொழிக்க வேண்டும் என்றும், சாஸ்திரங்கள் கூறும் மதத்தை அழிக்க வேண்டும் என்றும் நான் கூறியதன் பொருள் இதுதான்.

25

நான் உங்களிடம் நீண்ட நேரம் பேசி விட்டேன். இந்த உரையை முடிக்க வேண்டிய நேரம் வந்துவிட்டது. இந்த இடத்தில் நிறுத்திக் கொள்வது சௌகரியமாயிருந்திருக்கும். ஆனால் இந்துக்களின் கூட்டம் ஒன்றில், இந்துக்களுக்கு மிகவும் முக்கியமான ஒரு பொருள் பற்றி நான் பேசுவது அநேகமாக இதுவே கடைசியாக இருக்கக் கூடும் எனவே, எனது உரையை முடிப்பதற்குள் இந்துக்களின் முன் சில கேள்விகளை வைக்க விரும்புகின்றேன். மிக முக்கியமானவை என்று நான் கருதும் கேள்விகள் இவை. இவற்றைத் தீவிரமாகப் பரிசீலனை செய்யும்படிக் கேட்டுக் கொள்கிறேன்.

முதலாவதாக, உலகில் உள்ள பல்வேறு மக்களிடையே நம்பிக்கைகளும், வழக்கங்களும், அறநெறிக் கோட்பாடுகளும், வாழ்க்கையைப் பற்றிய கண்ணோட்டமும் வெவ்வேறாக உள்ளன. இவையெல்லாம் வித்தியாசங்கள் என்பதைத் தவிர வேறொன்றும் சொல்வதற்கில்லை என்பது மானிடவியல் அறிஞர்களின் கருத்து. மிக மெத்தனமான கருத்து இது. இந்துக்களும் இந்தக் கருத்தையே கொண்டிருந்தால் போதுமானதா? எந்த மாதிரியான அறநெறிக் கோட்பாடுகளும், நம்பிக்கைகளும், வழக்கங்களும், கண்ணோட்டமும் அவற்றைக் கொண்ட மக்களுக்கு நன்மை செய்திருக்கின்றன. அவர்கள் வளம் பெற்று வாழவும், பலம் பெறவும், உலகெங்கும் பரவி ஆதிக்கம் பெறவும் உதவியிருக்கின்றன என்பதைக் கண்டறிய முயற்சி செய்ய வேண்டாமா? பேராசிரியர் கார்வர் (Prof. Carvet) கூறுவதுபோல "அறநெறிக் கோட்பாடுகளும் மதமும் அறநெறி ரீதியான ஒப்புதலையோ ஒப்புதல் இன்மையையோ தெரிவிக்கின்ற ஏற்பாடுகளாகும். உயிர் வாழ்வதற்கான போராட்டத்தில் இவையும் முக்கிய அம்சங்களாகும். தாக்குதலுக்கு தற்காப்புக்கும் பயன்படுத்தும் ஆயுதங்களைப் போலவும், இவையும் முக்கியமான அம்சங்களாகக் கருதப்படவேண்டும். செயல்படுத்த முடியாத அறநெறிக்

கோட்பாடுகளை உருவாக்கும் சகக்குழு, சமுதாய இனக்குழு, அல்லது நாடு, வாழ்க்கைப் போராட்டத்தில் தோற்று இறுதியாக அழிந்து போய்விடும். அல்லது, அதை பலவீனப்படுத்தி, உயிர் வாழத் தகுதியற்றதாக்கும் சமூகச் செயல்களுக்கு வழக்கமாக ஒப்புதல் அளித்தாலும், அதற்கு மாறாக அதை பலப்படுத்தி, பெருகி வளரச் செய்யும் சமூகச் செயல்களுக்கு வழக்கமாக ஒப்புதல் இன்மை தெரிவிக்கப்பட்டாலும் அது அழிந்துபோகும். இவ்வாறு வேண்டாத செயல்களுக்கு ஒப்புதலும், வேண்டிய செயல்களுக்கு ஒப்புதல் இன்மையும் தெரிவிக்கும் வழக்கம்தான் (ஒப்புதலோ, ஒப்புதல் இன்மையோ தெரிவிப்பது மதத்தையும் அறநெறிக் கோட்பாடுகளையும் பொறுத்தது) அதன் முன்னேற்றத்துக்கு இடையூறாகிறது. ஒரு பக்கத்தில் இரண்டு இறக்கைகளும், மற்றொரு பக்கத்தில் இறக்கையே இல்லாமலும் உள்ள ஈக்களின் கூட்டத்துக்கு ஏற்படும் இடையூறு போன்றதே இதுவும். இரண்டு இறக்கைகள் எப்படி அமைந்திருந்தாலும் ஒன்றுதான் என்று வாதிப்பதைப் போலவே சமூக ஒப்புதலும் ஒப்புதல் இணையும் எப்படி இருந்தாலும் ஒன்றுதான் என்று வாதிப்பதும் பயனற்றதாகும்." எனவே அறநெறிக் கோட்பாடுகளும் மதமும், பிடிக்கிறதா, பிடிக்கவில்லையா, என்று கேட்கும் விஷயங்களல்ல. ஒரு அறநெறிக் கோட்பாடு, நாட்டில் எல்லோரும் அதைப் பின்பற்றினால், அந்த நாட்டை உலகிலேயே மிகுந்த பலம் வாய்ந்ததாகச் செய்வதாயிருக்கும். அந்த அறநெறிக் கோட்பாடு உங்களுக்குப் பிடிக்காமலிருக்கலாம். அது உங்களுக்குப் பிடிக்க வில்லை என்றாலும் அந்த நாடு பலம் பெறத்தான் செய்யும். இன்னொரு அறநெறிக் கோட்பாடும் நிதி கொள்கையும் அவற்றைப் பின்பற்றும் நாடு, மற்ற நாடுகளுடன் வாழ்க்கைப் போராட்டததில் நிலைத்து நிற்க முடியாமல் செய்வதாயிருக்கும். இந்தக் கோட்பாடுகள் உங்களுக்குப் பிடித்திருக்கலாம். இருந்தபோதிலும் இந்தநாடு இறுதியாக அழிந்துதான் போகும். எனவே இந்துக்கள் தங்களுடைய மதமும் உதவுகின்றனவா என்பதைக் கருத்தில் வைத்து மறுபரிசீலனை செய்ய வேண்டும்.

இரண்டாவதாக, இந்துக்கள் தங்கள் சமூக பாரம்பரியத்தைப் பரிசீலனை செய்ய வேண்டும். இந்த சமூக பாரம்பரியம் முழுவதையும் போற்றிப் பாதுகாக்க வேண்டுமா? அல்லது இந்தப் பாரம்பரியத்தில் பயனுள்ள அம்சங்களைத் தெரிந்தெடுத்து, அவற்றை மட்டும்

பாதுகாத்து வருங்காலத் தலைமுறையினருக்குக் கொடுக்க வேண்டுமா? என்னுடைய ஆசிரியரும், என்னுடைய கோட்பாட்டுக்கு உரியவருமான பேராசிரியர் ட்யூயி கூறினார்.

"ஒவ்வொரு சமூகத்திலும் கடந்த காலத்திலிருந்த அற்ப விஷயங்களும், காலங்கடந்த பயனற்றுப் போன விஷயங்களும் அறிவுக்குப் பொருந்தாத தவறுகளும் சுமையாகச் சேர்ந்து விடுகின்றன. ஒரு சமூகம் அறிவியலால் உயரும்போது தன்னுடைய சாதனைகளாக இருப்பவை அனைத்தையும் பாதுகாத்து வைக்காமலிருப்பது தனது பொறுப்பு என்பதையும் வருங்கால சமூகம் சிறந்ததாக அமைய உதவும் அம்சங்களை மட்டுமே பாதுகாத்துக் கொடுக்க வேண்டும் என்பதையும் உணருகிறது."

பிரெஞ்சுப் புரட்சியில் உட்பொருளாக அமைந்திருந்த மாற்றம் என்ற தத்துவத்தை வன்மையாக எதிர்த்த பர்க் கூட மாற்றத்தின் அவசியத்தை ஒப்புக்கொள்ள வேண்டியதாயிருந்தது. அவர் கூறினார்.

"மாற்றம் ஏற்படுத்துவதற்கான சாதனம் இல்லாமற் போனால் அந்த அரசு தனது அமைப்பில் மிகவும் போற்றிப் பாதுகாக்க விரும்பும் அம்சத்தைக் கூட இழந்துவிடும் அபாயம் இருக்கிறது."

இவ்வாறு அரசைப் பற்றி பர்க் கூறியது சமூகத்துக்கும் பொருந்தும்.

மூன்றாவதாக, இந்துக்கள் பழமையிலிருந்தே தங்களுடைய லட்சியங்களை எடுத்துக்கொண்டு பழமையைப் போற்றிக் கொண்டேயிருப்பதை விட்டுவிட வேண்டாமாஎன்பதைப் பரிசீலிக்க வேண்டும். பழைமையைப் போற்றும் வழக்கத்தின் தீமையைப் பேராசிரியர் ட்யூபி பின்வருமாறு குறிப்பிடுகிறார்.

"ஒரு மனிதன் நிகழ்காலத்தில்தான் வாழ முடியும். நிகழ்காலம் கடந்த காலத்தைப் பின்னே விட்டு வருவதால் அமைந்திருக்கும் வாழ்க்கையே நிகழ்காலம். கடந்த காலம் தோற்றுவித்த விஷயங்களை ஆராய்வது நிகழ்காலத்தைப் புரிந்துகொள்ள உதவாது. கடந்த காலத்தையும் அதன் பாரம்பரியத்தையும் பற்றிய அறிவு நிகழ்காலத்துக்குப் பயன்படும்

போதுதான் அதற்கு முக்கியத்துவம் இருக்கிறது. மற்றபடி இல்லை. கடந்த காலத்தின் ஆவணங்களையும், சின்னங்களையும் கல்விக்கு முதன்மையான அடிப்படை விஷயங்களாக வைப்பது தவறு. அவ்வாறு செய்வதன் மூலம் கடந்தகாலம் நிகழ்காலத்துக்குப் போட்டியாக வருகிறது. நிகழ்காலம், கடந்த காலத்தை மாதிரியே செய்கின்ற பயனற்ற முயற்சியாகி விடுகிறது".

நிகழ்காலத்தில் வாழ்வதையும் வளர்வதையும் முக்கியமற்றதாக்கும் இந்தத் தத்துவம், நிகழ்காலத்தை வெறுமையாகவும், வருங்காலத்தை எட்டாத தொலைவில் உள்ளதாகவும் கருதுகிறது. இத்தகைய தத்துவம் முன்னேற்றத்துக்கு எதிரியாகும். வாழ்க்கை நீரோட்டம் விரைந்தும் பொங்கி ஓடுவதற்கும் தடையாகும்.

நான்காவதாக, எதுவும் ஒரே நிலையில் இருப்பதல்ல. நிரந்தரமாயிருப்பதல்ல. ஸனாதனமானதல்ல என்பதை உணர வேண்டிய சமயம் வந்து விட்டதா இல்லையா என்பதை இந்துக்கள் சிந்திக்க வேண்டும். எல்லாமே மாறுபவை என்பதையும், தனி நபருக்கும் சமூகத்துக்கும் மாற்றம் என்பது வாழ்க்கையின் சட்டம் என்பதையும் உணர வேண்டாமா? மாறி வரும் சமூகத்தில், பழைய கருத்துக்களில் இடைவிடாது மாற்றம் ஏற்பட்டுக் கொண்டேயிருக்க வேண்டும். மனிதர்களின் செயல்களை மதிப்பிடுவதற்குத் தர நிர்ணயங்கள் இருக்கவேண்டும் என்றால், அவற்றை மாற்றியமைப்பதற்கும் தயாராயிருக்க வேண்டும் என்பதை இந்துக்கள் உணர வேண்டும்.

26

இந்த உரை மிகவும் நீண்டு விட்டதென்பதை நான் ஒப்புக் கொள்ள வேண்டும். அதற்கு ஈடாக உரையில் அகலமும் ஆழமும் இருக்கிறதா என்பதை நீங்கள்தான் தீர்மானிக்க வேண்டும். என்னுடைய கருத்துக்களை ஒளிவு மறைவின்றித் தெரிவித்திருக்கிறேன் என்பதைத் தான் நான் கூறமுடியும். ஓரளவுக்கு ஆராய்ச்சியும், உங்களுடைய வருங்காலத்தைப் பற்றிய ஆழ்ந்த அக்கறையும்தான் இந்தக் கருத்துக்களை உருவாக்கின என்பதைத் தவிர நான் அவற்றுக்கு வேறு எந்தச் சிறப்பும் கூறுவதற்கில்லை. எந்த ஆதிக்கச் சக்திக்கும்

கருவியாகச் செயல்படாத, பெரிய நிலைகளில் உள்ளவர்களுக்குத் துதிபாடாத, ஒரு மனிதனின் கருத்துக்கள் என்று மட்டுமே கூறிக்கொள்ள விரும்புகிறேன். தன்னுடைய பொது வாழ்க்கை முழுவதையுமே ஏழை மக்களுக்கும் ஒடுக்கப்பட்ட மக்களுக்கும் விடுதலை கிடைக்கச் செய்யும் போராட்டமாக ஆக்கிக் கொண்ட ஒருவரின் கருத்துக்கள் அவை. இதற்கெல்லாம் பரிசாக அவருக்குக் கிடைத்தது. தேசியப் பத்திரிகைகளும் தேசியத் தலைவர்களும் இடைவிடாது பொழிந்து வரும் பழிச்சொற்களும் வசைச் சொற்களுமே, இதற்கு ஒரே காரணம், கொடுங்கோலர்களின் பொன்னைக் கொண்டு ஒடுக்கப்பட்டவர்களை விடுதலை பெறச் செய்வது, செல்வந்தர்களின் பணத்தைக் கொண்டு ஏழைகளின் நிலையை உயரச் செய்வது, என்ற அற்புதத்தை - தந்திரம் என்று நான் கூறமாட்டேன் - நிகழ்த்துவதில் தான் அவர்களுடன் சேர மறுப்பதேயாகும். இவையெல்லாம் என் கருத்துக்களை நீங்கள் ஏற்கச் செய்யப் போதுமானவையாக இல்லாமற் போகலாம். உங்களுடைய கருத்துக்களை அவை மாற்றிவிடமாட்டா என்றே நான் நினைக்கிறேன். ஆனால் அவற்றை மாற்றினாலும் மாற்றாவிட்டாலும் பொறுப்பு முழுவதும் உங்களைச் சார்ந்ததே.

சாதியை வேருடன் களைந்தெறிவதற்கு நீங்கள் உங்கள் முயற்சியைச் செய்ய வேண்டும். என்னுடைய வழியில் இல்லாவிட்டால் உங்கள் வழியிலாவது அதைச் செய்ய வேண்டும். நான் உங்களுடன் இருக்க மாட்டேன் என்பதை வருத்தத்துடன் தெரிவிக்கிறேன். நான் மாறிவிட முடிவு செய்து விட்டேன். அதற்கு என்ன காரணங்கள் என்று கூறுவதற்கு இது இடமல்ல. ஆனால் நான் உங்கள் கூட்டத்திலிருந்து பிரிந்து சென்றுவிட்ட பின்பும் உங்கள் இயக்கத்தைப் பரிவுணர்வுடன் கவனித்து வருவேன். என்னுடைய உதவி உங்களுக்கு எப்போதும் இருக்கும். நீங்கள் மேற்கொண்டுள்ள பணி ஒரு தேசிய பணி. சாதிமுறை முக்கியமாக இந்துக்களின் மூச்சுக்காற்று என்பதில் சந்தேகமில்லை. ஆனால் இந்துக்கள் அந்த மூச்சுக்காற்றால் சுற்றிலும் உள்ள காற்று முழுவதையும் கெடுத்துவிட்டார்கள். அதன் மூலம் சீக்கியர், முஸ்லீம், கிறிஸ்தவர் உள்ளிட்ட அனைவரும் நோய்த் தொற்றுக்கு உள்ளாகியிருக்கிறார்கள். எனவே இந்தத் தொற்றுநோயால் பாதிக்கப்பட்டுள்ள ஒவ்வொருவரும் சீக்கியர், முஸ்லீம், கிறிஸ்தவர் ஆகிய அனைவரும் உங்களுக்கு ஆதரவளிக்க வேண்டும். உங்களுடைய போராட்டம், மற்றொரு தேசியப் போராட்டமான

சுயராஜ்யப் போராட்டத்தை விடக் கடினமானது. சுயராஜ்யப் போராட்டததில் நாட்டு மக்கள் அனைவரும் உங்கள் பக்கம் நிற்கிறார்கள். இந்தப் போராட்டததில் நீங்கள் நாட்டு மக்கள் அனைவரையும் எதிர்த்து, அதுவும் உங்களைச் சார்ந்த மக்களையே எதிர்த்துப் போராட வேண்டியுள்ளது. ஆனால் இது சுயராஜ்யத்தைவிட முக்கியமானது. சுயராஜ்யத்தைப் பாதுகாக்க முடியாதென்றால் அதைப் பெறுவதால் பயன் இல்லை. சுயராஜ்யத்தைப் பாதுகாப்பதை விட முக்கியமானது. சுயராஜ்யத்தில் இந்துக்களைப் பாதுகாக்கும் பிரச்சினை, இந்து சமூகம் சாதியற்ற சமூகமாக மாறினால்தான் அது தன்னைப் பாதுகாத்துக் கொள்வதற்கு வேண்டிய பலத்தைப் பெற முடியும் என்பது என் கருத்து. அத்தகைய உள் வலிமை இல்லாமற் போனால் இந்துக்களுக்கு சுயராஜ்யம் கிடைப்பது அடிமைத்தனத்தை நோக்கிச் செல்வதாகவே இருக்கும். நீங்கள் வெற்றிபெற நல்வாழ்த்துக் கூறி விடைபெறுகிறேன்.

□□□